AF741644

ഡോ. ടെസ്സി റോണി

തൃശ്ശൂർ ജില്ലയിലെ മനക്കൊടിയിൽ ജനനം.
മെഡിസിന ഓൾട്ടർനേറ്റിവയിൽ എം.ഡി., പി.എച്ച്.ഡി. ഫെല്ലോഷിപ്പ്.
റിഹാബിലിറ്റേഷൻ മെഡിസിനിൽ ബിരുദം.
അമല കാൻസർ റിസേർച്ച് സെന്റർ തൃശ്ശൂർ, ക്യൂലസ് ഹോസ്പിറ്റൽ കോയമ്പത്തൂർ, സൗദി ആംഡ് ഫോർസസ് ഹോസ്പിറ്റൽ (ദഹറാൻ) എന്നിവിടങ്ങളിൽ സേവനം അനുഷ്ഠിച്ചു. ഇപ്പോൾ എക്സലന്റ് മെഡിക്കൽ സെന്റർ (EMC) എം.ഡിയായി സേവനം ചെയ്യുന്നു.
കൃതികൾ : മാറുന്ന പ്രപഞ്ചം, നെഹീമിയ അലയുകയാണ് (കഥാസമാഹാരം) നിലാപക്ഷികൾ (കവിതാസമാഹാരം)
Polimos (The war between life and death) ഇംഗ്ലീഷ് പതിപ്പ്
ദിവ്യതേജസ്സ് (ആൽബം ഗാനങ്ങൾ)
അശാന്തം (Turbulance) (ഷോർട്ട് ഫിലിം) International Filim Festival selected, Kerala Television Award.
ചിന്നിചിന്നിചിതറും (സിനിമാഗാനം)-ചിത്രം ശക്തൻ മാർക്കറ്റ്
ഭർത്താവ് : റോണി ജോൺ
മക്കൾ : സോന, ആൽവിൻ

വിലാസം : ടെസ്സി റോണി, ചിറ്റിലപിള്ളി ഹൗസ്, ശാന്തിനഗർ,
ഓട്ടുപാറ, തൃശ്ശൂർ, പിൻ-680582
E-mail : tessyrony7@gmail.com

Malayalam Language
Kettukathakalillatha Jeevitham
(Memories)
by
Dr. Tessy Rony

♦

Published in October 2019
Second Impression April 2023
by Kairali Books Private Limited
Thalikkavu Road, Kannur.
Ph : 0497-2761200
Email : kairalibooksknr@gmail.com

♦

Cover Design
Rajesh Chalode

♦

Illustrations
Mohan Alankode

♦

Printed at
Papyrus Printers, Kozhikode

35/19-20/Sl.No.1105/300/NS 18.6
ISBN 978-93-89250-24-4

കെട്ടുകഥകളില്ലാത്ത ജീവിതം

(ഓർമ്മകളുടെയും അനുഭവങ്ങളുടെയും പുസ്തകം)

ഡോ. ടെസ്സി റോണി

കൈരളി ബുക്സ്

ഉള്ളടക്കം

അതിരുകളില്ലാത്ത ലോകം
അതിർത്തി മായ്ക്കുന്ന അനുഭവങ്ങൾ
പി. സുരേന്ദ്രൻ

മലയാളിയുടെ ഭാവനയേയും അനുഭവലോകത്തേയും വികസിപ്പിച്ചതിൽ പ്രവാസജീവിതത്തിന് വലിയ പങ്കുണ്ട്. കേരളത്തെക്കുറിച്ചുള്ള ഗൃഹാതുരത്വങ്ങളും തറവാടിത്തഘോഷണങ്ങളുമായി നടന്ന മലയാളിയ്ക്ക് പ്രവാസജീവിതം സമ്മാനിച്ചത് കയ്പേറിയ അനുഭവങ്ങൾ മാത്രമല്ല. ലോകത്തിന്റെ ഭാഷാപരവും സാംസ്കാരികവുമായ വൈവിധ്യങ്ങളിലേയ്ക്ക് തുറക്കുന്ന പലതരം വാതിലുകളുണ്ട്. മലയാള കഥാ-നോവൽ സാഹിത്യത്തിലേയ്ക്കും അനുഭവാഖ്യാനങ്ങളിലേയ്ക്കും വിവിധ രാജ്യങ്ങളിലെ മനുഷ്യർ കടന്നുവന്നത് പ്രവാസ ജീവിതത്തിന്റെ പ്രതിഫലനമാണ്. പല വേഷങ്ങൾ പലഭാഷകൾ. നരവംശ ശാസ്ത്രപരമായ വൈവിധ്യങ്ങളെ പ്രക്ഷേപണം ചെയ്യുന്ന മനുഷ്യ ഭൂപടങ്ങൾ. പാക്കിസ്ഥാനിയും, പലസ്തീനിയും, ചൈനക്കാരും, ഫിലിപ്പിനോകളുമൊക്കെ മലയാള ഭാവനയിലേയ്ക്ക് ജൈവികമായിത്തന്നെ കടന്നുവന്നത് മലയാളിയുടെ പ്രവാസഎഴുത്തു മൂലമാണ്. ഡോ. ടെസ്സി റോണിയുടെ 'കെട്ടുകഥകളില്ലാത്ത ജീവിതം' എന്ന അനുഭവാഖ്യാനങ്ങളുടെ പുസ്തകം എല്ലാ അർത്ഥത്തിലും അതിരുകളെ മായ്ക്കുന്നു. ആർദ്രത നിറഞ്ഞ കുറിപ്പുകളാണ് മിക്കതും. മനുഷ്യനിലുള്ള പ്രതീക്ഷകൾ എത്രയോ കുറിപ്പുകളിൽ ഞാൻ കണ്ടു. ആ നിലയ്ക്കു നോക്കിയാൽ ജീവിക്കാൻ കൊതിപ്പിക്കുന്ന പുസ്തകവുമാണിത്.

മനുഷ്യാനുഭവങ്ങളാണ് ഈ കൃതിയിൽ കൂടുതലും. മനുഷ്യരോടാണ് ഈ എഴുത്തുകാരിക്കിഷ്ടം. അവരുടെ സ്വപ്നങ്ങൾ, നിസ്സഹായതകൾ പതനങ്ങൾ ഉയിർപ്പുകൾ ഇതൊക്കെയാണ് ടെസ്സിയെ ആകർഷിക്കുന്നത്. മനുഷ്യരെ ചുറ്റിയാണ് ഭൂപ്രദേശങ്ങൾ കടന്നുവരുന്നത്. ജീനയിലൂടെ ഉത്തർപ്രദേശിലെ ഒരു ഗ്രാമം വായനക്കാർ പരിചയപ്പെടും. വ്യക്തികളിലൂടെ ഈ വിധം പല ഭൂപ്രദേശങ്ങൾ കടന്നുവരുന്നുണ്ട്.

സ്ത്രീപക്ഷ കുറിപ്പുകളാണ് കൂടുതലും. ലോകത്ത് എല്ലായിടത്തും സ്ത്രീകൾ സവിശേഷമായ പ്രശ്നങ്ങളെ നേരിടുന്നു. അതിൽ പ്രധാനം സ്ത്രീ ശരീരത്തിനു നേരെയുള്ള കയ്യേറ്റങ്ങളാണ്. പ്രണയം നഷ്ടപ്പെടുമ്പോൾ ശരീരം കേവലം ഭോഗവസ്തുവായി മാറും. ഒരിറ്റു പ്രണ

യത്തിനായി ദാഹിക്കുന്ന സ്ത്രീകളെ ഈ കുറിപ്പുകളിൽ കണ്ടെത്താം. പ്രവാസലോകത്തെ വീട്ടുജോലിക്കാരുടെ പ്രശ്നങ്ങൾ സങ്കീർണ്ണമാണ്. ഒരു അലക്കുയന്ത്രത്തിനു കിട്ടുന്ന പരിഗണനപോലും വേലക്കാരിയ്ക്ക് കിട്ടണമെന്നില്ല. സഹികെട്ട് ജോലിചെയ്യുന്ന വീടിന്റെ മതിലുചാടിക്കടന്ന് രക്ഷപ്പെടാൻ കൊതിച്ച് ഒടുവിൽ യഥാർത്ഥ ജയിലിലായ മങ്കമ്മയുടെ ദാരുണജീവിതം മങ്കമ്മയുടെ കഥയിലുണ്ട്.

ഡോക്ടറായിരുന്നതിനാൽ ആശുപത്രികളിലൂടെ മനുഷ്യന്റെ സങ്കടങ്ങൾ ധാരാളമായി പരിചയപ്പെടാൻ ടെസ്സിയ്ക്ക് അവസരമുണ്ടായി. ചിറകറ്റ പക്ഷിപോലുള്ള കുറിപ്പിലെ ജീവിതം ആശുപത്രിയിലൂടെ പരിചയപ്പെട്ടതാണ്. മയോപ്പതി ബാധിച്ചവളാണ് ഈ കുറിപ്പിലെ മനാൽ. ഒരർത്ഥത്തിൽ അവൾ ചിറകറ്റ പക്ഷി. പക്ഷെ അസാധാരണമായ മനക്കരുത്ത് അവൾക്കുണ്ട്. അതിനാലാണ് അനേകം കുടുംബങ്ങളെ അവൾക്ക് രക്ഷപ്പെടുത്താനായത്. സ്വന്തം ജീവിതം ഉരുകിത്തീരുമ്പോഴും മറ്റുള്ളവർക്ക് വെളിച്ചം പകർന്നു നൽകാൻ കഴിയുന്നത് പുണ്യം.

ഫിലിപ്പിനോകളുടെ ജീവിതം ഗൾഫ് മലയാളികൾക്ക് പരിചിതമാണ്. അടിച്ചുപൊളിച്ചു ജീവിക്കുന്നവരാണ് ഫിലിപ്പിനോകൾ എന്നതാണ് പൊതുവെയുള്ള വിലയിരുത്തൽ. സംശുദ്ധമായ പ്രണയമൊന്നും അവരുടെ ജീവിതത്തിൽ ഉണ്ടാവില്ലെന്നും. ഇതിനൊരു അപവാദമാണ് മെർലിന്റെ ജീവിതം. ദിയോ എന്ന കാമുകനുവേണ്ടി അസാമാന്യ മനഃകരുത്തോടെ പോരാടുന്നവളാണ് മെർലിൻ. തന്റെ കാമുകന് മഹോദരമെന്ന മഹാരോഗമാണെന്നറിഞ്ഞപ്പോഴും അവനെ ഉപേക്ഷിക്കുന്നില്ല മെർലിൻ. മരുഭൂമികൾക്കുള്ളിൽ പച്ചപ്പുകളുമുണ്ട്. പച്ചപ്പ് കണ്ടെത്തണമെങ്കിൽ അകത്ത് ആർദ്രതയുണ്ടാവണം. നന്മകൾ തിരിച്ചറിയാനുള്ള നേത്രങ്ങളും. നന്മകളിലേയ്ക്ക് വാതിൽ തുറന്നു വെയ്ക്കാൻ ഒരുപാട് നന്മകൾ ഈ എഴുത്തുകാരി സൂക്ഷിക്കുന്നു. ഇത്തരം ധാരാളം കുറിപ്പുകൾ ഈ സമാഹാരത്തിലുണ്ട്. കുഷ്ഠരോഗാശുപത്രിയിലും ടെസ്സി സേവനം ചെയ്തിട്ടുണ്ട്. എല്ലാവരും അറപ്പോടെ കാണുന്ന ഒരു കുഷ്ഠരോഗി ടെസ്സിയ്ക്ക് കാപ്പിയുണ്ടാക്കിക്കൊടുത്തു. അത് സ്നേഹത്തോടെ വാങ്ങി കുടിച്ചപ്പോൾ അയാൾ പൊട്ടിക്കരഞ്ഞതും ഈ എഴുത്തുകാരി എന്നോട് പറഞ്ഞിട്ടുണ്ട്. പ്രവാസലോകത്തിനു പുറത്തെ ഇത്തരം അനുഭവങ്ങളും വായനക്കാർക്കുവേണ്ടി പങ്കിടുന്നുണ്ട്.

പ്രവാസിയുടെ ജീവിതം സൗഭാഗ്യങ്ങൾ നിറഞ്ഞതാണ് എന്ന് പൊതുധാരണയുണ്ട്. എന്നാൽ ജീവിതം ഒന്ന് കരയ്ക്കെത്തിയ്ക്കാൻ പ്രവാസി താണ്ടുന്ന കടൽദൂരങ്ങളുടെ ദാരുണതകളും നമ്മൾ കാണണം.

അത്തറുമണക്കാത്ത പെട്ടികളിലെ തോമസിന്റെ ജീവിതം ഒരു ഉദാഹരണം.

വീടിനെക്കുറിച്ച് മനോഹരമായ രണ്ട് ഓർമ്മകളുണ്ട് ഈ സമാഹാരത്തിൽ. ഒന്ന് തീപടർന്ന് കത്തിയമർന്ന വീടാണ്. ടെസ്സിയും റോണിയും ദമാമിൽ താമസിച്ചിരുന്ന വീട്. മരപ്പാളികൾ ചേർത്തുണ്ടാക്കിയ മനോഹരമായ ഭവനമായിരുന്നു അത്. ഞാനും ആ വീട്ടിൽ താമസിച്ചിട്ടുണ്ട്. അതിസൂക്ഷ്മമായ ആഖ്യാനമാണ് ഈ ലേഖനത്തിലേത്. ഓരോ മൺതരിയേയും ചേർത്തുപിടിക്കുന്നു ടെസ്സി. നേർത്ത കിളിപ്പാട്ടുകൾ ചെവിയിൽ വന്നു തൊടും. ഹരിതസ്വപ്നങ്ങൾ കൊണ്ട് സമ്പന്നമായിരുന്നു ആ ഗൃഹം. ടെസ്സിയുടെ സർഗജീവിതവുമായി അത്രമേൽ അടുത്തുനിന്നു ആ വീട്. എന്നാൽ അഗ്നിബാധിച്ച ജനപഥങ്ങളിൽ നിന്ന് വീണ്ടും പച്ചത്തഴപ്പുണ്ടാവും എന്ന പ്രതീക്ഷ കൈവിടുന്നില്ല ഈ എഴുത്തുകാരി. അഗ്നിയിൽ കുരുത്തതിനാൽ വെയിലത്തു വാടാത്ത സ്വപ്നങ്ങൾ ആ ചെടിയിൽ പൂക്കുകയും കായ്ക്കുകയും ചെയ്യും. ഇതൊരു തക്കാളിച്ചെടിയാണ് എന്നതിൽ അസാധാരണമായ പ്രതീകഭംഗിയുണ്ട്. അഗ്നിമുഴുവൻ സാന്ദ്രസാന്ത്വനമായി നിറയെ തക്കാളിപ്പഴങ്ങൾ. ഓട്ടുപാറയിൽ നദീതീരത്ത് നിർമ്മിച്ച വീടാണ് കഴിഞ്ഞ പ്രളയകാലത്ത് രൗദ്രജലം കൊണ്ട് മുറിവേറ്റത് മനുഷ്യജീവിതത്തിന്റെ നിസ്സഹായത ബോധ്യപ്പെടുത്തുന്നത് പ്രകൃതി പ്രതിഭാസങ്ങളാണ്. ശരീരത്തിനേൽക്കുന്ന മുറിവുകൾ കുറേ സമയത്തേയ്ക്ക് കണ്ണീര് വീഴാൻ ഇടവരുത്തുമെങ്കിലും പിന്നീട് നമ്മൾ ചിരിയിലേക്ക് ഉണരും. തകർന്ന വീടുകളും നമ്മൾ വീണ്ടും പടുത്തുകെട്ടും. അത് ഗൃഹസ്ഥന്റെ ധർമ്മമാണ്. വീടുകൾക്കുവേണ്ടിയാണ് ഗൃഹസ്ഥൻ ജീവിക്കുന്നത്. അസാധാരണമായ കയ്യടക്കമുണ്ട് ഈ ഗൃഹസ്മൃതികൾക്ക്.

അഷിതയെക്കുറിച്ചുള്ള കുറിപ്പ് ആ കഥാകാരിയുടെ ഏകാന്തതയും വിഷാദവും ഒപ്പിയെടുക്കുന്നു. മനുഷ്യജന്മങ്ങൾ എത്ര ദുരൂഹമാണെന്ന് ആലോചിക്കാൻ പ്രേരിപ്പിക്കും അഷിതയുടെ ജീവിതം. ജീവിതം മുഴുക്കെ വേദനയായിരുന്നു അവർക്ക്. മുറിവുകളുടെ പുരാവൃത്തങ്ങളായിരുന്നു അഷിതയുടെ രചനകൾ.

എല്ലാ കുറിപ്പുകൾക്കും വിശദീകരണം നൽകാൻ ഞാൻ മുതിരുന്നില്ല. ഈ പുസ്തകം നിങ്ങൾ നെഞ്ചിലൊന്ന് ചേർത്ത് പിടിക്കൂ. കണ്ണീരു പൊടിയും തീർച്ച. മനുഷ്യമഹാസങ്കടങ്ങൾകൊണ്ട് നിറഞ്ഞതാണ് ഈ പുസ്തകം.

ഉന്മാദിനി

അവസാനത്തെ പ്രലോഭനം എപ്പോഴും ശരീരവുമായി ബന്ധപ്പെട്ടു കിടക്കുന്നതാണ്. ജ്വരകിടക്ക ഒരു ദേവാലയമാണ്. അവിടെ മനുഷ്യൻ ദൈവത്തെ മുഖാമുഖം കണ്ടു പ്രാർത്ഥിക്കുന്നു. നേരിട്ട് സംസാരിക്കുന്നു. ചെയ്തുപോയ പാപങ്ങൾക്കെല്ലാം മാപ്പിരക്കുന്നു. ആയുസ്സു നീട്ടിതരണേ എന്ന് അപേക്ഷിക്കുന്നു. പിന്നീടവൻ ശാന്തനും, സൗമ്യനുമാണ്. കിടക്കവിട്ടെഴുന്നേൽക്കുവോളം മാത്രം. അവിടെ നമ്മുടെ മിഴി നനയുന്നത് മക്കളെയോ, സമ്പത്തിനെയോ ഓർത്തല്ല. പെട്ടെന്നൊരു ദിവസം ജീവിതത്തിന്റെ ചലനങ്ങൾ നിയന്ത്രിക്കപ്പെടുകയോ, നിഷേധിക്കപ്പെടുകയോ ചെയ്യുമ്പോൾ മറ്റുള്ളവർ നമ്മുടെ ജീവിതവീഥികളിൽ നിയന്ത്രണം കൊണ്ടുവരുന്നു. അവരുടെ സമയവും സമ്പാദ്യവും നമ്മുടെ രോഗം അപഹരിക്കുന്നു എന്നെല്ലാം തോന്നുമ്പോഴാണ്. മനസ്സ് ആഗ്രഹിക്കുന്നിടത്ത് ശരീരം എത്താതാവുമ്പോൾ പൂർത്തീകരിക്കാത്ത സ്വപ്നങ്ങൾക്ക് മീതെ നമ്മൾ കാവൽ ഏർപ്പെടുത്തുന്നു. മനസ്സിന്റെ കാവൽ.

ഷീബ ഇനിയും ജോലിയിൽനിന്നും വിരമിക്കാറാകാത്ത സർക്കാരുദ്യോഗസ്ഥയാണ്. പുരുഷന്റെ ഉയരവും വണ്ണവും ദൈവം സ്ത്രീയിൽ നിക്ഷേപിച്ചിരിക്കുകയാണോ എന്നു തോന്നും. പരിശോധനാമുറിയിൽ കിടക്കുമ്പോൾ തന്നെ വിഷബാധയേറ്റതുപോലെ ചുണ്ടുകൾ നീലച്ച് മുഖം കറുത്ത് ലോകത്തോടു മുഴുവനും ഉള്ള വെറുപ്പ് സ്വന്തം ശരീരത്തിൽ ഒളിപ്പിച്ചതുപോലുള്ള ഭാവം. രോഗം സമ്മാനിക്കുന്നത് വല്ലാത്ത ഒരു മടുപ്പാണ്. അതിനപ്പുറത്തേക്കൊരു മാറ്റം വരുന്നത് പ്രത്യാശയുടെ ചെറിയ മെഴുകുതിരിവെട്ടം എരിയുമ്പോൾ മാത്രമാണ്. ഷീബയുടെ മുഖത്ത് ആ മെഴുകുതിരിവെട്ടം കരിന്തിരി കത്തുന്നു. എന്താണ് ബുദ്ധിമുട്ട് അനുഭവപ്പെടുന്നത് എന്ന ചോദ്യത്തിന് തലവേദനയാണ് എന്നവർ ഒറ്റവാക്കിൽ വെറുപ്പുകലർത്തിയ മറുപടി തന്നു. പിന്നീടധികം ചോദിക്കേണ്ടി വന്നില്ല. അവരുടെ നെറ്റിയുടെ ഇരുവശങ്ങളിലുമുള്ള

ചെറിയ ഞരമ്പുകൾപോലും പുറത്തേക്കു ചാടാൻ വെമ്പി നിൽക്കുന്ന തുപോലെ ഉയർന്നുനിന്ന് ത്രസിക്കുന്നുണ്ടായിരുന്നു. ഒരു ചോദ്യത്തി നും മറുപടി തരാൻ തക്കവിധം സ്വസ്ഥമായ ഒരു മാനസികാവസ്ഥയില ല്ല ഷീബ എന്നു മനസ്സിലായതുകൊണ്ടുതന്നെ ചോദ്യങ്ങളെ പാടെ ഉ പേക്ഷിച്ച് ഞാൻ ചെയ്യാൻ പോകുന്ന ചികിത്സാരീതിയെക്കുറിച്ച് പതി ഞ്ഞ സ്വരത്തിൽ വിശദീകരിക്കുമ്പോഴും അവൾ കൂമ്പിയ മിഴികൾ തുറ ക്കാൻ താൽപര്യം കാണിച്ചില്ല. സൂചികൊണ്ടുള്ള ചികിത്സയായതു കൊണ്ടുതന്നെ ഞാൻ രോഗിയുടെ പൂർണ്ണ സമ്മതം തേടിയപ്പോൾ എ ന്നെ എന്തുവേണേലും ചെയ്തോളൂ എന്ന മനോഭാവമായിരുന്നു അവൾ ക്ക്. മറ്റൊരു തരത്തിൽ പറഞ്ഞാൽ ഒരു റിബൽ മൈൻഡ് എന്നു തോ ന്നുന്ന പെരുമാറ്റം. നിരന്തരം എന്തിനോടോ സമരം ചെയ്യുന്ന ഒരാളുടെ ഭാവം. അതുകൊണ്ടുതന്നെയാണ് ഒരു റിബൽ മൈൻഡ് എന്നെനി ക്കു തോന്നിയത്. അവൾ എന്തിനോടൊക്കെയോ കലഹിച്ചുകൊണ്ടിരി ക്കുന്നതുപോലെ. ഒരു പക്ഷേ നിലനിൽക്കുന്ന സാഹചര്യങ്ങളോടായി രിക്കാം. അല്ലെങ്കിൽ സമൂഹത്തോടായിരിക്കാം. അല്ലെങ്കിൽ സ്വന്തം അഹത്തോടുതന്നെയായിരിക്കാം. ഇവിടെ പക്ഷെ ഷീബ കലഹിക്കു ന്നത് തന്റെ രോഗത്തോടാണ് എന്ന് മനസ്സിലാക്കാൻ അധികസമയം വേണ്ടിവന്നില്ല.

ഞാൻ കുത്തുന്ന സൂചികളൊന്നും അവൾ അറിഞ്ഞില്ല. അര മണി ക്കൂർ നേരത്തെ ചികിത്സ കഴിഞ്ഞ് എഴുന്നേറ്റപ്പോൾ വെള്ളം തരട്ടേ എ

ന്ന ചോദ്യത്തിന് പതിയെ മിഴി തുറന്നെന്നെ നോക്കി. ഞാൻ കൊടുത്ത ഒന്നര ലിറ്റർ ജലം ഒറ്റ ശ്വാസത്തിൽ കുടിച്ചു തീർക്കുന്നതു കണ്ടപ്പോൾ എനിക്കുതോന്നി മരുഭൂമിയിലെ ഒട്ടകത്തിനാണോ ഞാൻ വെള്ളം കൊടുക്കുന്നതെന്ന്. പിന്നെ ഞാൻ തിരിച്ചറിഞ്ഞു അവരുടെ വേദനയുടെ തീവ്രത. അഗ്നിയേക്കാൾ അതി തീവ്രമായിരുന്നെന്ന്. രണ്ടു നിമിഷത്തെ നിശ്ശബ്ദതക്കു ശേഷം അവർ കണ്ണു തുറന്നപ്പോൾ അവ ഈറനണിഞ്ഞിരുന്നു. പിന്നെ നിറമിഴികളോടെ തണുത്ത കൈതലം എന്റെ തോളിൽ വെച്ച് പറഞ്ഞു. മാപ്പ്, മാപ്പ്, നിങ്ങളെന്നോടു പൊറുക്കണം. എന്റെ അമ്പരപ്പിന്റെ ആഴമളക്കാതിരിക്കാൻ ഒരു ചെറുപുഞ്ചിരിയോടെ ചോദിച്ചു. എന്തിന്? അവൾ പറഞ്ഞു; ഞാൻ ഇവിടെ വരുമ്പോൾ നിങ്ങളെക്കൊല്ലും എന്നു പറഞ്ഞിട്ടാണു വന്നത്. അത് വെറും വാക്കായി പറഞ്ഞതല്ല. എന്റെ മനസ്സിന്റെ ആഴത്തിൽ നിന്നും പറഞ്ഞതാണ്. കാരണം, എട്ടാം ക്ലാസ്സ് മുതൽ ഞാൻ അനുഭവിക്കുന്നതാണീ തലവേദന. കേരളത്തിൽ ഞാൻ കാണാത്ത ഡോക്ടർമാരോ, പരീക്ഷിക്കാത്ത ചികിത്സാരീതികളോ ഇല്ല. ഇപ്പോൾ എല്ലാ ഡോക്ടർമാർക്കും എന്നെ കാണുന്നതു തന്നെ ദേഷ്യമാണ്. പക്ഷെ എന്റെ തലവേദന കാരണം ഒരു ഗ്രാമം തന്നെ ബുദ്ധിമുട്ടുന്നു. ബസ്സുകാർപോലും ബസ്സ് നിർത്തി വെള്ളം തന്ന് മുഖം കഴുകിച്ച് ഛർദ്ദി മാറ്റി എന്നെ ആശുപത്രിയിലെത്തിക്കുന്നു. വീട്ടിൽ ഞാൻ ഉത്തരത്തിന്റെ കമ്പിയിൽ തൂങ്ങി കിടന്ന ദിവസങ്ങളുണ്ട്. ആത്മഹത്യ ചെയ്യാൻ പല പ്രവാശ്യം തീരുമാനിച്ചതാണ്. പക്ഷെ കഴിഞ്ഞില്ല. അത്രത്തോളം ബുദ്ധിമുട്ട് ഞാൻ അനുഭവിക്കുന്നു. ഞാൻ ശരിക്കൊന്നു ജീവിച്ചിട്ട് മുപ്പത്തിയഞ്ചു വർഷമായി. ആശുപത്രിയിൽ കുട്ടികൾക്ക് വാക്സിനേഷൻ കൊടുക്കാനാവാത്തവിധം തലവേദന ശക്തമായപ്പോഴാണ് അമ്മ പറഞ്ഞത് നിങ്ങൾ അക്യുപങ്ചർ ചെയ്യുന്നുവെന്ന്. പക്ഷെ എനിക്കൊട്ടും വിശ്വാസമില്ലായിരുന്നു. അതുകൊണ്ടുതന്നെ ഞാനമ്മയോടു പറഞ്ഞു എനിക്കാശ്വാസം കിട്ടിയില്ല എങ്കിൽ ഞാനവരെക്കൊല്ലും എന്നിട്ടേ തിരിച്ചുവരൂ എന്ന്. വന്നിട്ടും എന്റെ മനസ്സിൽ അതായിരുന്നു ചിന്ത. പക്ഷെ ആദ്യത്തെ പതിനഞ്ചു മിനിറ്റു കഴിഞ്ഞപ്പോൾ എനിക്ക് നല്ല ആശ്വാസം തോന്നിതുടങ്ങി. ഇപ്പോൾ ഞാൻ റിലാക്സ്ഡ് ആണ്. നന്ദിയുണ്ട് ഒരു പാട്, ഒരു പാട് നന്ദിയുണ്ട് എന്നുപറഞ്ഞപ്പോൾ എനിക്കു ദൈവത്തോട് നന്ദിയുണ്ടായിരുന്നു. മൈഗ്രേയ്ന്റെ ഉന്മാദാവസ്ഥയോളമെത്തിയ ഒരാളെ ആശ്വാസത്തിന്റെ പടി കടത്തിയതിന്റെ നന്ദി.

*****

തീ പടർന്ന വീട്ടിലെ ശേഷിപ്പുകൾ

വീട് ഒരുവനെ സന്തോഷിപ്പിക്കുന്നതുപോലെ മറ്റൊന്നിനും അവനെ സന്തോഷിപ്പിക്കാനാവില്ല. പക്ഷെ ചില സന്ദർഭങ്ങളിൽ അതൊരു വേദനയായി മാറുന്നു. ജീവിതത്തിന്റെ മുക്കാൽ ഭാഗവും പ്രവാസിയായി ജീവിച്ചവർക്ക് ചെല്ലുന്ന ഇടമാണവരുടെ ഭവനം.

ചുരുങ്ങിയ ദിവസങ്ങളിലെ അവധിക്കാലങ്ങളിൽ മാത്രം കൂടണയുന്ന നാട്ടിലെ വാസസ്ഥലങ്ങളോടവർക്ക് വൈകാരിക ബന്ധങ്ങൾ കുറവായിരിക്കും. അവരുടെ മധുരമായ ഓർമ്മകൾ മുഴുവൻ അവർ ജീവിക്കുന്ന ഇടം നൽകുന്ന അനുഭവങ്ങളാണ്. എന്നെ സംബന്ധിച്ച് ദമാമിലെ വില്ല എനിക്ക് എല്ലാതരത്തിലുമുള്ള ഐശ്വര്യങ്ങൾ തന്ന വീടാണ്. ഒരിക്കൽ വീട് അന്വേഷിച്ചു നടക്കുമ്പോഴാണ് പട്ടണമധ്യത്തിൽ ഇടിഞ്ഞുപൊളിഞ്ഞ് വാസയോഗ്യമല്ലാത്ത ഒരു വീടും അതിനു ചുറ്റും വലിയ മുതുമുത്തച്ഛൻ മരങ്ങളും അതിൽ നിന്നും പൊഴിഞ്ഞ ഇലകളാൽ നടക്കാനാവാത്തവിധം ചവറു നിറഞ്ഞ മുറ്റവുമുള്ള ഒരു പോർട്ടബിൾ വീട് കണ്ടെത്തുന്നത്. ആകെ ഭയം ജനിപ്പിക്കുന്ന ഒരു ഡാക്ക് ബംഗ്ലാ പോലെ ഒരന്തരീക്ഷം. പക്ഷെ ഏകാന്തതയും ഏതോ ഒരു പ്രേതഭവനത്തിന്റെ മൂകമായ അന്തരീക്ഷവും എന്റെ നല്ല പാതിക്ക് അത്ര സുഖകരമായി തോന്നിയില്ല. ഞാനവിടെ ഏറെ സാധ്യതകൾ കണ്ടു. ശ്വാസം മുട്ടി ജീവിക്കുന്ന ഒരു ഫ്ളാറ്റിന്റെ അന്തരീക്ഷത്തിൽ നിന്നും ഒരു മോചനവും. പിന്നെ ഒരു സിവിൽ എഞ്ചിനീയറായ നിങ്ങൾക്ക് ഇതിനെ ഒരു നാടിന്റെ തനിമയിലേക്ക് കൊണ്ടുവരാനുള്ള ഒരു അവസരം. മണ്ണും, പെണ്ണും നമുക്ക് നന്നാക്കാനാവും, ഇവിടെ നമുക്കൊരു കളിക്കളമുണ്ട്. അവിടെ എങ്ങനെ കളിക്കണം എന്നു തീരുമാനിക്കുന്നത് കളിക്കാരനാണ്. നിങ്ങളുടെ കൈയിൽ വിദ്യയുണ്ട്. കൃത്യമായി പ്ലാൻ ചെയ്താൽ ഒരു മാസംകൊണ്ട് നമുക്ക് ഈ വീട്ടിലേക്കു മാറാം. എന്റെ ഒറ്റവാക്കിന്റെ ബലത്തിൽ ഞങ്ങളാ വീടെടുത്തു. വീടിനെ അപകടപ്പെടുത്തുന്ന രണ്ട് മരങ്ങൾ (അക്വേഷ്യ) മുറിച്ചുമാറ്റി. പിന്നെ രാവും പകലും ശരിക്കും ഉപയോഗപ്പെടുത്തി. ഒരു മാസമായപ്പോഴേക്കും, നാട്ടിലെ ഒരു ത

റവാടുപോലെയാക്കിയെടുത്ത ആ വീട്ടിൽ താമസം ആരംഭിച്ചു. എന്നെ ഏറ്റവും അധികം സന്തോഷിപ്പിച്ചത് മുറ്റത്തിറങ്ങി നടക്കാനും, കൃഷി ചെയ്യാനും എല്ലാം ഇവിടെ സാധിക്കുമായിരുന്നു എന്നതാണ്. അവിടെ കപ്പ മുതൽ തക്കാളിവരെ ഞാൻ കൃഷി ചെയ്തു. മുയലും കോഴിയും പൂച്ചയുമെല്ലാം ആ വീട്ടിൽ വളർന്നു. മക്കൾക്കൊപ്പം അവിടെ ബാറ്റ്മിന്റനും, ഫുട്ബോളും എല്ലാം കളിച്ചു. മകന് തബല പരിശീലിക്കുവാൻ ഞാൻ മുറ്റത്തെ നടവഴിയിൽ പായ വിരിച്ച് തോട്ടത്തിനഭിമുഖമായിരുത്തിയിട്ട് പറയും, നീ വായിക്കുന്ന തബലയുടെ താളത്തിനനുസരിച്ച് വിരിഞ്ഞു നിൽക്കുന്ന സൂര്യകാന്തി തലയാട്ടും, പ്രാവുകൾ ഒളികണ്ണാൽ നോക്കി ചിരിക്കും എന്നെല്ലാം. നോക്കുമ്പോൾ മന്ദമാരുതനിൽ തലയാട്ടുന്ന സൂര്യകാന്തിയും എപ്പോഴും തീറ്റതേടിവരുന്ന പ്രാവുമെല്ലാം അവിടെയുണ്ടാവും. മോൻ കരുതും അവൻ തബല വായിക്കുന്നതുകൊണ്ടാണിതെല്ലാമെന്ന്. ഞാനെഴുതിയ എല്ലാ പുസ്തകങ്ങളുടെയും പിറവി ആ വീട്ടിൽ നിന്നുമായിരുന്നു. എത്രയോ ഉന്നതർ, വന്ന വീടാണത്. വലിയ എഴുത്തുകാരുമായി രാത്രി വെളുക്കുവോളം സാഹിത്യ ചർച്ചകൾ നടത്തിയ വീട്. പി. സുരേന്ദ്രൻ, സുകുമാർ കക്കാട്, കെ.പി. രാമനുണ്ണി, പി. ഹരീന്ദ്രനാഥ്, കുരീപ്പുഴ ശ്രീകുമാർ, എം.എ. ബേബി തുടങ്ങി അനേകർ വന്ന ഭവനം. കലയുടെ കേളീരംഗമായിരുന്നവിടം. ഞങ്ങളുടെ ജീവിതത്തിൽ ഏറ്റവും വിലപിടിപ്പുള്ള ചിത്രങ്ങ

ളെല്ലാം വരച്ചത് ആ വീട്ടിൽ വെച്ചാണ്. ഏകദേശം ആറോളം ചിത്ര പ്രദർശനങ്ങൾ നടത്തിയ ചിത്രങ്ങൾ ആ വീട്ടിലുണ്ടായിരുന്നു. ഇക്കാലമത്രയും കിട്ടിയ പുരസ്ക്കാരങ്ങൾ അവിടെ സൂക്ഷിച്ചു. എന്റെയും മോളുടെയും മുറി നിറഞ്ഞ പുസ്തകശേഖരങ്ങൾ. വലിയ വലിയ എഴുത്തുകാരുടെ കൈയൊപ്പു പതിച്ച പുസ്തകശേഖരം! വില നിർണ്ണയിക്കാൻ കഴിയാത്തത്ര സ്നേഹസംഗമങ്ങളുടെ ചിത്രങ്ങൾ. പാതിയും, മുഴുവനുമാക്കിയ നോവലുകൾ, ഇനിയും ഒരായുസ്സ് അദ്ധ്വാനിച്ചാൽ കിട്ടാത്ത പല അമൂല്യശേഖരങ്ങളും അതിനകത്ത് ഉണ്ടായിരുന്നു. വരുന്നവരെല്ലാം പറഞ്ഞു. നാട്ടിലെ തറവാടു വീട്ടിൽ പോകുന്ന പ്രതീതി എന്ന്. ഞാൻ മഴയും, പുഴയും എല്ലാമുള്ള നാട്ടിൽ വന്നപ്പോഴാണ് കേരളത്തിലെ മഴക്കാലത്ത് ഡാം തുറന്നുള്ള വെള്ളപ്പൊക്കവും വീടുകൾ മുങ്ങിപ്പോകലും എല്ലാം ഉണ്ടായത്. ഒരു ദുഃഖത്തിനോ ക്ലേശത്തിനോ രോഗത്തിനോ നശിപ്പിക്കാനാവാത്ത എന്ത് സൗന്ദര്യമുണ്ട് ഭൂമിയിൽ. ഒരു പ്രകൃതി ദുരന്തംകൊണ്ട് തീർക്കാനാവാത്ത ഏത് സൗധമുണ്ട് ഭൂമിയിൽ. ഒരിക്കലും ഒന്നിനും നശിപ്പിക്കാനാവാത്തത് സ്വപ്നസൗധങ്ങൾ മാത്രമാണ്. ഒട്ടും അധ്വാനമില്ലാതെ സാമ്പത്തിക വ്യവസ്ഥിതിയെ ബാധിക്കാതെ എത്ര വേണമെങ്കിലും അത് കെട്ടിപ്പൊക്കാം. തെരുവിൽ ഉറങ്ങുന്നവന് താൻ മണിമാളികയിലാണെന്ന് സ്വപ്നം കണ്ടുറങ്ങാം എന്നു പഠിപ്പിച്ച ദിനരാത്രങ്ങൾ. കാരണം ഞാനും ആ വെള്ളപ്പൊക്കത്തിനിരയായി ഒരു അഭയാർത്ഥിയെപോൽ ഒരാഴ്ചയിലധികം സഹോദരീ ഗൃഹത്തിൽ താമസിച്ചയാളാണ്. ചില തകർച്ചകളും, മുറിപ്പാടുകളും മാറ്റിയെടുക്കാൻ ഏറെ ദിനരാത്രങ്ങൾ വേണ്ടിവരും. അങ്ങനെ വന്ന ദിനങ്ങൾക്കപ്പുറം എല്ലാം ശരിയാക്കി സ്വസ്ഥമായി ഉറങ്ങാൻ കിടക്കുമ്പോൾ ഞാൻ പറഞ്ഞു. എല്ലാം ബാക്ക് ടു നോർമ്മൽ ആയിരിക്കുന്നു. ഇന്ന് സ്വസ്ഥമായുറങ്ങാം. പക്ഷെ അത് വെറും ആഗ്രഹം മാത്രമായിരുന്നു എന്ന് തിരിച്ചറിയാൻ നിമിഷങ്ങളുടെ ദൈർഘ്യമേ ഉണ്ടായിരുന്നുള്ളൂ. കാരണം നാട്ടിലെ വീട് വെള്ളം വിഴുങ്ങിയപ്പോൾ ഞാനാശ്വസിക്കാൻ കണ്ടെത്തിയ ഒരു കാര്യമുണ്ടായിരുന്നു. ഈ സങ്കടകാണ്ഡങ്ങളൊന്നും എന്ന വിഴുങ്ങാതിരിക്കാൻ. എല്ലാ ഖേദങ്ങൾക്കും, ക്ഷോഭങ്ങൾക്കും, മോഹങ്ങൾക്കും മീതെ വിരിഞ്ഞു നിൽക്കുന്ന ചില വീട്ടുപൂക്കളുടെ സുഗന്ധം നമുക്ക് കൂട്ടിനുണ്ടാവും. എത്ര ദൂരം പോയാലും ഏത് രാജ്യത്തുപോയാലും സുഗന്ധപൂരിതമായ ആ സാളഗ്രാമം നമ്മൾ നെഞ്ചോടു ചേർത്തു പിടിച്ചു നടക്കുന്നു. അതുകൊണ്ടുതന്നെ ഈ തകർച്ച എനിക്കു താങ്ങാനാവും. ഇതിൽ നിന്നും ഞാൻ ഉയിർത്തെഴുന്നേൽ

ക്കും. പക്ഷെ എന്റെ ദമാമിലെ വീട്. അതാണ് എന്റെ സ്മൃതിപഥങ്ങളിൽ എന്നും വിടർന്നു നിൽക്കുന്നത്. അതിനപ്പുറം എനിക്കൊരു ലോകമില്ല. ആ ജാലകവാതിലിലിലൂടെ എനിക്കു തുറന്ന വിശാലമായ ലോകം, തെളിഞ്ഞ ആകാശത്തിലൂടെ സ്വൈരവിഹാരം നടത്തുന്ന കിളികൾ. കാക്കതമ്പുരാട്ടി എന്ന കഥയിലെ വലിയ യൂക്കാലിപ്സ് മരം അതിൽ കൂടുവെക്കാൻ മത്സരിക്കുന്ന കാക്കയും, പ്രാവും, മറ്റ് പേരറിയാത്ത ആയിരക്കണക്കിനു പക്ഷികളും, സൂര്യകാന്തി വിളയുമ്പോൾ വിത്തു മോഷ്ടിക്കാനെത്തുന്ന തത്തകളും എല്ലാം, ഞാൻ നെഞ്ചിൽ കൊണ്ടു നടക്കുന്നതുകൊണ്ട് എനിക്കു നിരാശയുണ്ടായിരുന്നില്ല.

രാത്രിയെ രാത്രിയായി സ്വീകരിക്കാനാകാത്തതുകൊണ്ടോ, ആ ഇരുട്ടിനെ നാം ഭയപ്പെടുന്നതുകൊണ്ടോ ആവാം നഗരവീഥികളെ നിയോൺ ബൾബുകൾ കൊണ്ടു അലങ്കരിച്ച് പകലാക്കി മാറ്റുന്നു. അതുകൊണ്ടു തന്നെ ഒരു ഉഷകാല നക്ഷത്രം പോലും നമുക്ക് കണ്ടെത്താനാവുന്നില്ല. ഭൂമിക്കുമേൽ തല ചായ്ക്കാനൊരിടമില്ല എന്നു തിരിച്ചറിയുമ്പോൾ മാത്രമാണ് നാം ആകാശത്തോട്ട് കണ്ണുകൾ ഉയർത്തുന്നത്. കാമുകനോളം പ്രണയിച്ച വീടിനെ കനലെടുത്തു വിഴുങ്ങികൊണ്ടിരിക്കുന്നത് ഏഴു കടലുകൾക്കപ്പുറിത്തിരുന്ന് ആധുനിക ശാസ്ത്രസാങ്കേതികവിദ്യയിലൂടെ കൺമുമ്പിൽ കാണിച്ചുതരുന്ന സുഹൃത്തിനോട് എനിക്കു വിഷമമില്ല. ഇനിയെനിക്കാകാശമുണ്ടല്ലോ എന്നു പറഞ്ഞത് തീവ്രവിഷാദത്തിലേക്കും, കൊടിയ നിരാശയിലേക്കും വഴുതിപോകാതിരിക്കാൻ മാത്രമല്ല. ഒരാകാശക്കാഴ്ചയിൽ പരിഹരിക്കപ്പെടാവുന്ന പ്രതിസന്ധികളേ ഉള്ളൂ എന്ന് സ്വയം തിരിച്ചറിയാനാണ്. അല്ലായെങ്കിൽ ഞാൻ ശീതീകരിച്ച മോർച്ചറിയിലിരിക്കുന്ന മൃതദേഹംപോലെ ഹൃദയവും, തലച്ചോറും പ്രവർത്തനരഹിതമായി വിറങ്ങലിച്ച മനസ്സുമായി നടന്നേനെ. രാത്രിയിലെരിയുന്ന കോടിക്കണക്കിനുവരുന്ന നിയോൺ വിളക്കുകളേക്കാൾ പ്രകാശം പരത്തിക്കൊണ്ട് കത്തിയുയരുന്ന തീഗോളങ്ങളെകെടുത്താൻ ഒരഗ്നിശമനസേനക്കുമാവില്ലെന്ന് അറിയാവുന്ന കിളികളെല്ലാം രാത്രിയുടെ അനന്തനീലിമയിലേക്ക് പറന്നുയർന്നു കാണും. വിരിഞ്ഞു വരുന്ന മുട്ടയും, പറക്കമുറ്റാത്ത കുഞ്ഞു കിളികളും ആ തീയിൽ വെന്തമർന്നു കാണും. അപ്പോൾ ആ തള്ളപ്പക്ഷി അനുഭവിക്കുന്ന ഒരു തീവ്രദുഃഖമുണ്ട്. ഓരോ ചില്ലയും കൂട്ടിവെച്ച് ആകാശം മുട്ടെ ഉയരത്തിൽ ഒരു ശത്രുവിനും എത്തിനോക്കാനാവാത്തവിധം സുരക്ഷിതമായ ചില്ലയിൽ ശില്പിയേക്കാളും ആർക്കിടെക്റ്റിനേക്കാളും പാടവത്തിലും സൗന്ദര്യത്തിലും പണിത കൂട്! ആ കൂടു പണിയാൻ മറ്റൊരു പണിക്കാ

രും കൂട്ടിനുണ്ടായിരുന്നില്ല. സ്വന്തം അദ്ധ്വാനം മാത്രം. സഖിയുടെ പ്രണയം മുഴുവൻ കവർന്നെടുത്തതിന്റെ സുന്ദര ശരശയ്യ. അവിടെ പ്രാണനേക്കാളേറെ സ്നേഹിക്കുന്ന കുഞ്ഞുങ്ങൾ. കൊത്തിയെടുത്തു പറക്കാനാവാത്ത വിധം അവിടം മുഴുവൻ അഗ്നിക്കിരയാവുമ്പോൾ ജീവനുള്ള കുഞ്ഞു പൈതങ്ങളെ ചിതയിൽ വിട്ടുപോരുമ്പോൾ ആ അമ്മക്കിളി അനുഭവിച്ച നെഞ്ചുപിളർക്കുന്ന വേദനയോളം വരില്ലല്ലോ എന്റെ ദുഃഖം.

ഭൂമിയോളം വലിയ പാഠപുസ്തകമില്ല. അനുഭവത്തോളം വലിയ അധ്യാപകനുമില്ല. തിരിച്ചു ചെന്നപ്പോൾ കത്തി കരിഞ്ഞ ചിതാഭസ്മം പോലെ ആ വീടു നിന്ന ഇടം മുഴുവൻ ഒരു പുകമണം മാത്രമായവശേഷിച്ചു. എന്നിട്ടും വിമാനമിറങ്ങിയ പാടെ രാത്രിയുടെ അന്ധകാരസീമയിലും പോലീസുകാർ ചവിട്ടിതുറന്ന വലിയ ഗേറ്റു കടന്ന് ഞാനാ അവശേഷിപ്പുകളിലേക്ക് കടന്നുചെന്നു. ഇനിയും എന്തെങ്കിലും ബാക്കിയുണ്ടോ എന്നറിയാൻ. അഗ്നിക്കു വിശപ്പു കൂടുതലാണ്. എത്ര വിഴുങ്ങിയാലും മതിവരില്ല. പക്ഷെ ചില സത്യങ്ങളെ അത് തൊടില്ല. അങ്ങനെ തൊടാതിരുന്ന ചില സത്യങ്ങൾ അവിടെ അവശേഷിച്ചിരുന്നു. ഏതൊരു മതത്തിനും ഒരേ വിശ്വാസവും, ഒരേ സത്യവുമാണ് പറയാനുള്ളത് എന്നതുകൊണ്ട് ക്രിസ്ത്യാനിയായി ജനിച്ച എന്റെ ഷെൽഫിൽ ഖുറാനും തുല്യ സ്ഥാനമുണ്ടായിരുന്നു. അതിലെ വചനങ്ങൾ ഒന്നും കത്തിയിട്ടില്ലായിരുന്നു. പിന്നെ അമ്മയെന്ന സത്യം. മരിച്ചിട്ടും അമ്മ ചെയ്ത പുണ്യത്തോളം തന്നെ ആ ഫോട്ടോയിൽ ഒരുകരിപോലും പടരാതെ ആ പടം വൃത്തിയോടെ ഇരിക്കുന്നതു കണ്ടപ്പോൾ എന്റെ നല്ലപാതിയുടെ കണ്ണിലെ അത്ഭുതവും പ്രകാശവുമായിരുന്നു ഒരു ജന്മവൃക്ഷത്തിന്റെ തളരാത്ത തളിരായി എന്നിൽ നിലകൊണ്ടത് എന്ന് ഞാനറിഞ്ഞു. വീണ്ടുമൊരവധിക്കാലത്ത് ദിവസങ്ങൾക്കുശേഷം മനസ്സിനെ പാകപ്പെടുത്തി ഞാനാ മുറ്റത്തിറങ്ങി നോക്കി. പഴയ പുരയിടത്തിന്റെ അവശേഷിപ്പെന്നോണം ബാക്കി നിന്നത് ആ കണ്ണാടിച്ചില്ലു പതിച്ച ഗേറ്റുമാത്രമായിരുന്നു എന്നു കരുതി ഞാനവിടെ നടന്നെത്തിയപ്പോൾ കണ്ടു, ഓജസ്സും തേജസ്സുമുള്ള പ്രകൃതിയുടെ സമ്മാനം. എല്ലാം എരിഞ്ഞമർന്നപ്പോഴും ഭൂമി തന്റെ ഉദരത്തിൽ സുരക്ഷിതമായി കാത്തുവെച്ച ഒരു വിത്ത് കൊടിയവേനൽമാറി വസന്തത്തിന്റെ വരവറിയിച്ചപ്പോൾ ഗർഭപാത്രം പിളർന്ന് ധര ജന്മം കൊടുത്ത കുഞ്ഞ്. ഒരു തക്കാളിച്ചെടി. എന്റെ തോട്ടത്തിന്റെ ഓർമ്മയിലെ ശേഷിക്കുന്ന തലമുറ. ഇനി അവൾ വളരും. തീയിൽ മുളച്ചത് വെയിലത്ത് വാടില്ലല്ലോ.

*****

അഷിത

ഉള്ളിൽ ശൂന്യതയും, ചുണ്ടിൽ നിലവിളിയുമായി നടക്കുമ്പോൾ, കരച്ചിലുകൾക്ക് ഭാഷയില്ലാതാവുന്നു. അതുകൊണ്ടുതന്നെ അവിടെ വിവർത്തനം ആവശ്യമില്ല. സ്വന്തം സങ്കടങ്ങളുടെ മദ്ധ്യേ സത്യസന്ധമായി മനസ്സുതുറക്കുവാൻ നമുക്കൊരിടം തരുന്നവർ അവരായിരിക്കും നമ്മുടെ ഗുരു. അങ്ങനെ ഒരിടം ഇല്ലാതിരിക്കുമ്പോൾ നമ്മൾ നിരീശ്വരവാദികളാകുന്നു. ആ നിരീശ്വരത്വത്തിൽ നിന്നും ഈശ്വരിനിലേക്കുള്ള വഴിയായിരുന്നു ഗുരു നിത്യചൈതന്യയതി. ചുവന്നപൊട്ടും, അതിനു മുകളിൽ ഒരു ഭസ്മക്കുറിയും, ഭസ്മം പോലെ നരച്ച കേശഭാരവും, മുഖത്തെ വട്ടകണ്ണടയും, ഒരിക്കലും മായാത്ത തുറന്ന ചിരിയും. കുട്ടികളുടെ മനസ്സും, ബോംബെയിലും, ഡെൽഹിയിലുമൊക്കെ ജീവിച്ചതിന്റെ അവശേഷിപ്പെന്നോണം കഴുത്തിൽ നിന്നും മാറ്റാത്ത കരിമണിമാല. സുമംഗലിയാണ് എന്നതിന്റെ എല്ലാ അടയാളങ്ങളും. എന്നിട്ടും നെറ്റിയിലെ ഭസ്മകുറിയെക്കുറിച്ചു ചോദിച്ചവരോടെല്ലാം പറഞ്ഞു. നമ്മളും ഭസ്മമാകേണ്ടവരല്ലേ അതെപ്പോഴും ഓർക്കുന്നത് നല്ലതാണെന്ന്. പഴയന്നൂർ ഗ്രാമത്തിന്റെ നൈർമ്മല്യം മുഴുവനും അവർ ഉള്ളിൽ കൊണ്ടു നടന്നപ്പോഴും, ഗ്രാമം വിട്ട് നഗരത്തിലേക്ക് ചേക്കേറിയവളെ അവിടെയധികമാരും അറിഞ്ഞില്ല. എന്നാൽ ആ സ്നേഹവും വാത്സല്യവും ഉള്ളിൽ കൊണ്ടു നടന്ന ചുരുക്കം ചിലർ പഴയന്നൂരിലുണ്ടായിരുന്നു. പെൺകുട്ടികൾ എഴുതാൻ പാടില്ല എന്നു വാശിപിടിച്ച് അച്ഛനോട് ഉള്ളുകൊണ്ട് എതിർത്ത, എന്നാൽ തുറന്നുപറയാൻ സ്വാതന്ത്ര്യം നഷ്ടപ്പെട്ട ചിലർ. ബാലസാഹിത്യം കൊണ്ട് എഴുത്തുകാരിയെ കാണാതെ തന്നെ അവരെ ആവോളം ആരാധിച്ച കുട്ടികൾ. കുട്ടികൾ മാത്രമല്ല അവരുടെ വായനക്കാർ. കടൽ കടന്നും അവർക്കാരാധകർ ആവോളമുണ്ടായിരുന്നു. അതിൽ ഒരാളായി ഞാനും മാറിയിരുന്നു. അന്നുമുതൽ മനസ്സിന്റെ ചിരാതിൽ തിരിനീട്ടിയ മോഹമായിരുന്നു ഒരു നോക്കു കാണാൻ, ഒന്നു മിണ്ടാൻ.. അന്നെല്ലാം പലതവണ കരുതിയതായിരുന്നു. ധൈര്യപൂർവ്വം ആ പടിവാതിൽ തുറന്ന് കടന്നുചെല്ലാൻ. പക്ഷെ കഴിഞ്ഞില്ല. എന്തൊ

ഒരു തരം ജാള്യം. അവർ എന്തു കരുതും എന്ന തോന്നൽ. പഴയന്നൂർ എന്ന ഗ്രാമത്തിലെ പത്തേക്കറോളം നീണ്ടു കിടക്കുന്ന വലിയ തറവാട്ടു പറമ്പിനെ ഞാനത്രമാത്രം ഇഷ്ടപ്പെട്ടിരുന്നു. പിന്നീട് കിഴക്കും പാട്ടുകരയിലെ 'ലക്ഷ്മീനാരായണ' എന്ന വീടിനെ നോക്കി നടന്നുപോയപ്പോൾ പോലും ഒന്നു കയറാൻ ധൈര്യം വന്നില്ല. എങ്ങനെ പ്രതികരിക്കും എന്നറിയാത്തതിന്റെ ഒരു തരം സങ്കോചം.

ഒരു മുളംതണ്ടിൽനിന്നും സംഗീതത്തിലേക്കുള്ള ദൂരം ഏഴു മുറിവുകളുടേതാണ്. ഉപേക്ഷിക്കപ്പെടുന്ന മുളന്തണ്ടിൽ വേദനയുടെ സുഷിരങ്ങളുണ്ടാകുമ്പോൾ അതിൽനിന്നും ഉയരുന്നത് വേണുഗാനമാവുന്നു. അതു തന്നെയായിരുന്നു അഷിതയും. ആ വേണുവാകുന്ന ശരീരത്തിൽ നിന്നും എത്രയെത്ര കഥകൾ പിറന്നു. എത്രയെത്ര കവിതകൾ പിറന്നു. തിരസ്ക്കാരത്തിന്റെയും, അവഗണനയുടെയും നടുവിൽ നിങ്ങൾ എല്ലാവരിലേക്കും തിരയായി അടിച്ചുയർന്നു. ശരീരത്തെ ബാധിച്ച അർബുദം ഒരിക്കലും മനസ്സിനെ ബാധിക്കാതിരിക്കാൻ നിങ്ങൾ ശ്രമിച്ചിരുന്നു. ആയിരങ്ങളിൽ ഒരാൾക്കു മാത്രം സാധിക്കുന്ന ഒരു ശക്തി നിങ്ങളിൽ തെളിഞ്ഞു കിടന്നിരുന്നു. അവസാനമായി അശ്വനി ഹോസ്പിറ്റലിൽ വെച്ചും ആ സൂര്യപ്രഭ മുഖത്തു നിങ്ങൾ ഒളിപ്പിച്ചില്ലേ. 'വിളിക്കാൻ വരുന്നതുവരെയും ഇരിക്കണം, സ്വന്തം ഇഷ്ടത്തിന് ഒരിക്കലും

പോകരുത്'. എന്ന നിത്യചൈതന്യയതിയുടെ വാക്കുകൾ നിങ്ങൾ സഹിച്ച ശാരീരിക പീഡകളിലെല്ലാം ഒരു ശക്തിയായി കൂടെ നിന്നു. ആരവങ്ങളിൽ നിന്നും അകന്നുനിൽക്കാൻ നിങ്ങളാഗ്രഹിച്ചതുകൊണ്ടാണോ അന്തിമോപചാര കർമ്മങ്ങളിലും അധികം ആരും ഉണ്ടാവാതിരുന്നത്. നിന്റെ ചേതനയറ്റ ശരീരം മാത്രകൾ മാത്രമവശേഷിക്കുമ്പോൾ ഞങ്ങളിൽ നിന്നും അടർത്തിയെടുക്കും എന്നറിഞ്ഞിട്ടും വെറും വഴിയോരക്കാഴ്ചക്കാർ മാത്രമായി അവശേഷിക്കുന്ന നാട്ടുകാരും, അരമതിലിനപ്പുറത്തേക്കു മിഴി പായിച്ച് ഒരു നോക്കു കാണുവാനായി കാത്തുനിൽക്കുന്ന അയൽബന്ധങ്ങളിലേക്കും നമ്മളെപ്പോഴാണ് ഇത്രമാത്രം ചുരുങ്ങിപ്പോയത്. തൊട്ടടുത്ത മുറിയിലേക്കു ടെലഫോൺ വിളിക്കുന്ന സംസ്ക്കാരം ഇവിടെ ധാരാളമായി പരന്നതുകൊണ്ടാവാം ആരും മുഖം കാണാൻ ഇഷ്ടപ്പെടാത്തത്. അതുകൊണ്ടുതന്നെ നമ്മൾ പുഞ്ചിരിക്കാൻ മറന്നുപോയിരിക്കുന്നു. അറിഞ്ഞിട്ടും എന്തേ ഒരു നോക്കു കാണാൻ എത്താതിരുന്നത്. ഒരു കാലഘട്ടത്തിന്റെ എഴുത്തുകാരി കടന്നുപോകുമ്പോൾ നീ എഴുതാൻ ബാക്കിവെച്ചതെല്ലാം ഒരു ആത്മനൊമ്പരമായി ഈ ഭൂമിയിൽ തങ്ങി നിൽക്കുന്നുവല്ലോ. ഇനിയെല്ലാം ഓർമ്മകൾ മാത്രമായല്ലോ എന്ന വേദനയിൽ രാജ്യത്തിന്റെ സല്യൂട്ട് സ്വീകരിച്ച് പടിയിറങ്ങിപ്പോകുമ്പോൾ ഒരിക്കലുമില്ലാത്ത ആ തിരിച്ചുവരവിനായി ഇനിയും ഞാനവിടെ കാത്തുനിൽക്കെ - ശാന്തി കവാടത്തിൽ നിന്നും ചിതാഭസ്മം നിമജ്ജനം ചെയ്യാൻ ഭാരതപുഴയിൽ വെള്ളമുണ്ടോ എന്നന്വേഷിക്കുന്നവരോട് എനിക്കു പറയണമായിരുന്നു. ഇന്നലെയും ഞാനാ നിളാതീരത്തുകൂടെ നടന്നിരുന്നു. സ്വപുത്രിയെ സ്വീകരിക്കാനവൾക്കു സന്തോഷമാണ്. ആ സൗന്ദര്യത്തിൽ തന്റെ മകൾ ലയിക്കുവോളം നിള വറ്റുകയില്ല. എത്രമാത്രം അഷിത ആസ്വദിച്ചതാണാ ഭാരതപുഴയുടെ സൗന്ദര്യം. ആ സുന്ദരതീരത്ത് എല്ലാ വേദനകളും മറന്ന് നിത്യനിദ്രയിലാണ്ടപ്പോഴും എനിക്കു തോന്നി അഷിത നിനക്കു മരണമില്ല. കാരണം നിളയോടൊപ്പം നീയും ഒഴുകിക്കൊണ്ടിരിക്കുന്നു. അറബികടലിന്റെ മടിയിൽ ചെന്നുചേരുവോളം നീയും യാത്ര തുടരുന്നു. അനന്തവിഹായസ്സിലേക്കുള്ള യാത്ര.

*****

ജലത്തിന്റെ രോഷം

"ആറ്റുതീരത്തു നട്ട ദേവതാരുപോലെ നീ തഴച്ചു വളരും എന്ന ബൈബിൾ വചനമാണോ, ഒഴുകുന്ന പുഴയോടുള്ള അഗാധമായ പ്രണയമാണോ എന്നറിയില്ല തറവാട്ടുഗ്രാമം വിട്ട് ശാന്തി നഗറിൽ പുഴയോരത്ത് സ്ഥലം വാങ്ങി വീടുവെക്കാൻ കാരണമായത്. എന്നാൽ ഒന്നറിയാം. പ്രകൃതിയെ നന്നായി ആസ്വദിക്കാൻ, കിളികളും, കൊറ്റികളും, ഭയമില്ലാതെ സ്വൈരവിഹാരം നടത്തുന്നതു ക്യാമറയിൽ പകർത്തി സൂക്ഷിക്കുന്നു. എന്നും കാണാത്ത സുന്ദര മുഹൂർത്തങ്ങളാണല്ലോ നമ്മൾ ക്യാമറയിൽ പകർത്തി ഓർമ്മയുടെ ഹാർഡ് ഡിസ്ക്കിലാക്കി വെക്കുന്നത്. കാലം ചെല്ലുംതോറും വാഴാനിക്കാട്ടിലെ പല കിളികളും, മയിലുകളും, ഭക്ഷണം തേടി കാടുവിട്ടു വീടുതേടി വരാനാരംഭിച്ചു. ഇവയുടെ സാമീപ്യം ഏറെ ആനന്ദമുളവാക്കി. വർഷാന്ത്യത്തിൽ കിട്ടുന്ന ചെറിയ ചെറിയ അവധിക്കാലങ്ങൾ എന്നെ കാത്തിരിക്കാനില്ലാത്ത കൂട്ടുകാർക്കു പകരമായി, മയിലുകളും, കൊറ്റികളും, നീല പൊന്മാനുകളും, പേരറിയാത്ത ധാരാളം കിളികളും വന്നുകൊണ്ടിരുന്നു. അല്ലെങ്കിലും ഒരു സഞ്ചാരിയായി മാറിയ ഒരാളെ കാത്തിരിക്കാൻ പ്രകൃതിയല്ലാതെ മറ്റാരുണ്ട്? ഒരാഴ്ചക്കുമാത്രം നമുക്കൊരു സൈബർ മരണം സംഭവിച്ചാൽ, നമ്മുടെ ഫോൺ ഒന്ന് ഓഫായിപോയാൽ അതോടെ തീരാവുന്ന ആത്മബന്ധങ്ങൾ മാത്രമേ ഇന്ന് ആധുനിക കാലഘട്ടത്തിന് തരാനാവുന്നുള്ളൂ. അവിടെ കൊടുക്കുന്ന ഗോതമ്പുമണികൾക്കും കാലപഴക്കം വരുന്ന പഴങ്ങൾക്കും, നന്ദിയും, കൂറും, കാണിച്ചു മടങ്ങുന്നവർ പക്ഷിമൃഗാദികൾ മാത്രമാണ്. പീഢിപ്പിക്കുമെന്നൊ മോഷ്ടിക്കുമെന്നോ, ഭയപ്പെടേണ്ടാത്തവരും അവരുമാത്രമാണ്. അതുകൊണ്ടുതന്നെ അവിടെ തങ്ങാൻ ഞാൻ ഇഷ്ടപ്പെട്ടിരുന്നു.

ഗർഭം ധരിച്ച് ഉരുണ്ടുകൂടിയ കാർമേഘപാളികൾ വേദനയോടെ പ്രസവിക്കുന്ന മഴതുള്ളികളെ കൈവെള്ളകളിൽ ഒരു മുത്തുപോലെ സൂക്ഷിക്കാൻ ഞാൻ ആഗ്രഹിച്ചിരുന്നു. ആർത്തലച്ചു പെയ്യുന്ന മഴമേഘങ്ങ

ളുടെ രൗദ്രഭാവം ഞാൻ ഒരിക്കലും ഭയത്തോടെ നോക്കിയിട്ടില്ല. പകരം നൂലിൽ കോർത്തുവരുന്ന മുത്തുകൾ പോലെയവ ഇടമുറിയാതിരിക്കുവാൻ ഞാനാഗ്രഹിച്ചു. കത്തിയെരിയുന്ന സൂര്യതാപത്തിൽ നിന്നും രക്ഷനേടാനായി ശീതീകരിച്ച മുറികളിലിരിക്കുമ്പോൾ മഴയുടെ ചടുലതാളങ്ങൾ മനസ്സിൽ നൃത്തമാടുന്ന നനഞ്ഞ മണ്ണിലൂടെ നടക്കുമ്പോൾ തോന്നുന്നു ജീവിത്തിൽ നിന്നും കടന്നുപോകുമ്പോൾ അവശേഷിക്കുന്ന കാല്പാടുകൾ ഇവ മാത്രമാണെന്ന്.

2018 ആഗസ്റ്റ് പതിമൂന്നിനാരംഭിച്ച മഴ, ആഗസ്റ്റ് പതിനഞ്ചായപ്പോഴേക്കും അതിശക്തമായിരുന്നു. റോഡിൽ അല്പാല്പമായി പൊന്തിവരുന്ന വെള്ളത്തിന് നാശത്തിന്റെ വിത്തുപാകാൻ സാധിക്കുമെന്ന ചിന്ത എനിക്കില്ല. അപ്രതീക്ഷിതമായ ചില കാഴ്ചകൾ കാണുന്ന കൊച്ചുകുഞ്ഞിനെപോലെ ആവോളം അതാസ്വദിച്ചു. സ്വപ്നത്തിന്റെ പങ്കായം കൊണ്ടു തുഴഞ്ഞ് ഞാനാ വെള്ളത്തിലൂടെ ഒരു തോണിയിലേറി പോകാനാഗ്രഹിച്ച നിമിഷങ്ങൾ. അനിവാര്യമായ യാത്രയായതുകൊണ്ട് പുത്രനേയും കൂട്ടി യാത്രയാരംഭിച്ചു. റെഡ് അലേർട്ട് പ്രഖ്യാപനമൊന്നും അറിയാതെ ഞാൻ ചാർജ്ജു തീർന്ന ഫോണുമായി മദ്ധ്യാഹ്നത്തോളം നടന്നു. പിന്നീടു വിവരം അറിഞ്ഞപ്പോൾ ചിരപരിചയത്താൽ സ്വയം ആർജ്ജിച്ചെടുത്ത അനുഭവമല്ലാത്തതുകൊണ്ട് അതിന്റെ ഗൗരവത്തെ മനസ്സിലാവാഹിച്ച് നീറിപുകയാൻ എനിക്കാവില്ലായിരുന്നു. പക്ഷെ

തിരികെ വന്നപ്പോഴേക്കും പാതകളെല്ലാം ആറു കണക്കെ നിറഞ്ഞൊഴുകുന്നു. അവിടെ പറമ്പുകൾക്ക് അതിർവരമ്പുകളില്ല. വെട്ടി പിടിച്ചതും വിലകൊടുത്തുവാങ്ങിയതും ഒന്നും തിരിച്ചറിയാനാവാത്തവിധം ജലദേവത ആധിപത്യം സ്ഥാപിച്ചു കഴിഞ്ഞു. താഴിട്ടുപൂട്ടിയ വീടിനകത്ത് വന്ന കള്ളനെപ്പോലെ വാതിൽ പഴുതിലൂടെ ഒളിച്ചുകയറിയ ചളിയും വെള്ളവും. മണ്ണടിച്ചുവയൽ നികത്തി, വീടു പണിത് കോൺക്രീറ്റ് കാടുകൾ നിർമ്മിച്ചപ്പോൾ ഒരിക്കലും മനുഷ്യൻ ചിന്തിച്ചില്ലാ തടഞ്ഞുവെച്ച കാർമേഘങ്ങൾ മനുഷ്യമനസ്സുപോലെയാണെന്ന്. മനസ്സിന്റെ അടിതട്ടിൽ ഒളിപ്പിച്ചുവെച്ച ദുഃഖങ്ങൾ സങ്കടമായും, കണ്ണീരായും, ദേഷ്യമായും, നിരാശയായും, ഭ്രാന്തായും പുറത്തുവരുംപോലെ ഒരു നാൾ പുറത്തുവരുമെന്ന്. പ്രകൃതിയുടെ കണ്ണുനീർ ശേഖരിച്ചുവെക്കാൻ ഡാമുകൾക്ക് വ്യാസം പോരാതെ വന്നപ്പോൾ എല്ലാം തുറന്നുവിടാനാരംഭിച്ചു. ആ തുറന്നുവിടലിൽ കൈയിൽ കിട്ടിയതെല്ലാം പെറുക്കിയുള്ള ഓട്ടം. ഉപേക്ഷിച്ചവ എത്രത്തോളം നമ്മൾ നെഞ്ചേറ്റിയവയെന്ന് വ്യക്തമായിരിക്കുന്നു. തലയിണകളും, പ്ലാസ്റ്റിക് കുപ്പികളും മുതൽ വീട്ടുപകരണങ്ങൾ വരെ എല്ലാം ഒഴുകി നടക്കുന്നുണ്ടായിരുന്നു. ചുട്ടുപഴുത്ത മരുഭൂമിയിലൂടെ നടന്ന പ്രവാസികളെല്ലാം വെള്ളത്തിന്റെ ഓളത്തിനൊപ്പം ആടിയുലഞ്ഞ് നടക്കുമ്പോൾ അവരുടെ ഹൃദയവികാരം എന്തായിരുന്നു എന്നറിയില്ല. വെയിലോ മഴയോ ഏതാണ് നല്ലതെന്ന് തിരിച്ചറിയാനാവില്ല. എന്നാൽ പ്രപഞ്ചത്തിനു ചില നിയമങ്ങളുണ്ട്. അലംഘനീയമാണവ. അവ ലംഘിക്കുമ്പോൾ പ്രകൃതി ക്ഷോഭിക്കുന്നു. ആ പ്രകൃതിക്ഷോഭത്തിന്റെ ആഴം തിരിച്ചറിയുന്നവൻ കാടറിയുന്നവൻ മാത്രമാണ്. അത് പ്രകൃതിയെ അറിയാത്തവന് മനസ്സിലാകില്ല.

അതുതന്നെയാണ് പിറ്റേന്നു പ്രഭാതമായപ്പോഴേക്കും കുറാഞ്ചേരിയിലും സംഭവിച്ചത്. ജനങ്ങൾ തിങ്ങിനിറഞ്ഞ് ഇറച്ചിയും, കപ്പയും കഴിച്ചിരുന്ന ഇടം, പ്രണയജോഡികൾ ഐസ്ക്രീം സ്നേഹം ചേർത്തു നുണഞ്ഞിരുന്ന പാർലർ, കർഷകൻ തന്റെ അദ്ധ്വാനത്തിന്റെ ഫലങ്ങൾ മുഴുവൻ വിറ്റഴിച്ചിരുന്ന കട. ജോലി കഴിഞ്ഞ് വീട്ടിലേക്കുള്ള മടക്കയാത്രയിൽ മായം ചേർക്കാത്ത പച്ചക്കറിയും, ഫലവർഗ്ഗങ്ങളും വാങ്ങാൻ തിങ്ങിനിൽക്കുന്ന ജനങ്ങളുടെ ഇഷ്ട കച്ചവടക്കാരൻ മോഹനേട്ടൻ. എന്തെല്ലാം നല്ല ഓർമ്മകൾ മാത്രമായിരുന്ന സ്ഥലമാണത്. എത്ര പെട്ടെന്നാണു അനേകരുടെ ജീവനപഹരിച്ച മണ്ണ് എന്ന ഭയത്തോടെ അറിയപ്പെടാൻ തുടങ്ങിയത്. തലേ രാത്രിവരെ നീയെന്ന കുന്നിന്റെ സൗന്ദര്യമാസ്വദിച്ച എത്രയോ ജനങ്ങൾ. ഇന്നവർക്കു പേടിസ്വപ്നമായി

മാറി. ഉറക്കമുണരാനാവാത്ത പകലുകൾ സ്വന്തം ഭവനത്തിനടിയിൽ കുഴിച്ചുമൂടപ്പെടുമെന്ന് കണക്കു കൂട്ടാതെ പടുത്തുയർത്തിയതാണിതെല്ലാം. മണിക്കൂറുകളോളം ജീവനും മരണത്തിനുമിടയിൽ രക്ഷിക്കും എന്ന് പ്രതീക്ഷയിൽ സന്ദേശങ്ങൾ അയച്ചു കാത്തിരുന്നു. പക്ഷെ ശക്തിയോടെ ഒലിച്ചിറങ്ങിവരുന്ന മഴവെള്ള പാച്ചിലിൽ മണ്ണു കുതിർന്ന് മരണകാരണമായപ്പോഴും ആ മനുഷ്യന് ആത്മസംതൃപ്തിയുണ്ടായിരുന്നു. രക്ഷപ്പെടാമായിരുന്നിട്ടും, അപകടം കൺമുന്നിൽ കണ്ടപ്പോഴും സ്വയം രക്ഷനോക്കാതെ തന്റെ കുടുംബത്തെ വിളിച്ചുണർത്തി രക്ഷപ്പെടുത്താൻ വീട്ടിലേക്കോടിയ ഗൃഹനാഥന്റെ സ്വയം പരിത്യാഗത്തിന്റെ ആത്മസതൃപ്തി.

പീച്ചിഡാമിലെ അണക്കെട്ടു തുറന്നാൽ വരുന്ന ജലപ്രളയത്തിൽ നഷ്ടപ്പെടാതിരിക്കാൻ സ്വത്തും സമ്പാദ്യവും പൊന്നും പണവും, ആധാരവുമെല്ലാമായി രാത്രിയുടെ രണ്ടാം യാമത്തിൽ വന്ന സ്ത്രീയുണ്ടായിരുന്നു. അവർ കൊണ്ടുവന്നതൊന്നും നഷ്ടപ്പെട്ടില്ല. തുറക്കാത്ത ഗോദറേജിന്റെ അലമാരയിൽ എല്ലാം ഭദ്രമായിരുന്നു. പക്ഷെ ജീവൻ, അതു മാത്രം നമുക്ക് ഭദ്രമാക്കി വെക്കാൻ ആവില്ലല്ലോ. അനേകരുടെ അശ്രാന്തമായ പരിശ്രമത്തിനൊടുവിൽ മൂന്നാം പക്കം കണ്ടെത്തിയത് കനാലിൽ ഒലിച്ചുവന്ന അലമാരിയുടെ അടിയിലായിരുന്നു. കുടുംബം മുഴുവൻ കൊണ്ടുപോയിട്ട് ഏകനാക്കി അവശേഷിപ്പിച്ച ഒരുവനും മണ്ണിടിച്ചിലിൽ മരണത്തോളം ആഴത്തിലേക്കു കടന്നുപോയവരോടൊപ്പം രാത്രിയുറങ്ങിയവനായിരുന്നു. ഒടുവിലത്തെ ശ്വാസത്തോളം കൂടെയുണ്ടാവുമെന്ന് കുരിതയവർ പോലും എത്ര നിസ്സംഗമായാണ് ഓരോരുത്തരേയും പാതിവഴിയിലുപേക്ഷിച്ചുപോയത്. അവസാനം ഒരു ബാലൻ മാത്രം ശേഷിക്കുക. ഏഴുദിനരാത്രങ്ങൾ ഉദിക്കാൻ മറന്നുപോയ സൂര്യന്റെ കിരണങ്ങൾ വീണ്ടും ഭൂമിയിൽ പതിച്ചപ്പോൾ തോന്നി ഇനിയുമെന്തെങ്കിലും ശേഷിക്കുന്നുണ്ടോ എന്നു നോക്കാൻ വന്ന യുദ്ധഭൂമിയിലെ പട്ടാളക്കാരനാണോ സൂര്യനെന്ന്. അല്ല! ഇനിയും കണ്ടെത്തനാവാത്ത മൃതദേഹങ്ങൾ കണ്ടെത്താനുള്ള ഒരു വെളിച്ചം കൊണ്ടുവന്നതാണെന്ന്.

മദപ്പാടുള്ള ആനയുടെ ശരീരത്തിൽ നിന്നും പൊട്ടിയൊലിക്കുന്ന വ്രണം പോലെ കുന്നിൻമുകളിൽ നിന്നും ഒലിച്ചിറങ്ങുന്ന വെള്ളവും അശുഭലക്ഷണങ്ങൾ കാണിച്ചിരുന്നു. ചലവും, ചോരയും കണക്കെയുള്ള ഒറുവിന്റെ വരവ് മനസ്സിലാക്കാൻ മണ്ണിന്റെ മനസ്സറിഞ്ഞവനേ കഴിയൂ. തലേ രാത്രിയിലയാൾ (പാച്ചൻ) എല്ലാവരോടും പറഞ്ഞു. ധാരാളം

ബോട്ടിയും കൊള്ളിയും കഴിച്ചോളൂ. ഇനിയും വിളമ്പിത്തരാൻ ഞാനോ, നീയോ, ഈ തട്ടുകടയോ അവശേഷിക്കുമോ എന്നറിയില്ല. പ്രകൃതി അവസാനത്തെ അത്താഴത്തിന്റെ ലക്ഷണങ്ങൾ കാണിച്ചു തുടങ്ങി. എങ്കിലും ആരും ആ വാക്കുകൾക്കു വില നൽകിയില്ല. അല്ലെങ്കിൽതന്നെ ക്രിസ്തുവും, കൃഷ്ണനും, നബിയും പറഞ്ഞിട്ടു ശ്രദ്ധിക്കാത്തവരാണോ ഈ തട്ടുകടക്കാരനെ കേൾക്കുന്നത്? ഫലമോ? അനേക കുടുംബങ്ങളെ അനാഥമാക്കിക്കൊണ്ട് ആ മണ്ണിടിച്ചിൽ 2018ലെ ഏറ്റവും വലിയ പ്രകൃതി ദുരന്തമായി പാഠപുസ്തകങ്ങളിൽ എഴുതിചേർക്കാൻ വിധം ഒരു അട യാളമായി അവശേഷിച്ചപ്പോൾ ജെ.സി.ബി. ഉപയോഗിച്ച് മണ്ണിൽ തിര യുന്ന ശവശരീരങ്ങളെ കാണാൻ മനക്കരുത്തില്ലാതെ മനസ്സു മരവിച്ച് മൂകസാക്ഷിയായി ജനൽകമ്പികളിൽ അള്ളിപ്പിടിച്ച് തോരാത്ത മഴയി ലും, മരപാവ കണക്കെ ചലനശേഷി നഷ്ടപ്പെട്ടവനെപോലെ കൈകാ ലുകൾ കെട്ടപെട്ട് നിന്നുപോയി. ഇനിയുമൊരു ദുരന്തം ഉണ്ടാകാതാരി ക്കട്ടെ എന്ന പ്രാർത്ഥനയോടെ.

*****

ബിനിയുടെയും ജെമിയുടെയും കഥ പറയാം...

സ്നേഹമന്വേഷിക്കുന്ന മനുഷ്യന്റെ ഒടുങ്ങാത്ത ദാഹത്തിനു മുന്നിൽ ആകാശത്തിൽ വിളക്കുകൾ കത്തിച്ച് കാത്തിരിക്കുന്ന ആത്മാക്കളാണ് നക്ഷത്രങ്ങൾ. അവർ പുനർജനിക്കാനിരിക്കുന്ന തലമുറക്കായി ഭൂമിയിലേക്കുറ്റു നോക്കുന്നു. ആഹ്ലാദങ്ങൾക്കും അലിവൂറുന്ന ഗതകാല സ്മരണകൾക്കുമപ്പുറം ഒരു നേർത്തതന്ത്രി പോലെ അത് പ്രണയരാഗമുതിർത്തു കൊണ്ടേയിരിക്കുന്നു. ആ രാഗലയത്തിനായി കൊതിച്ച് ഓരോ നക്ഷത്രവുമതിന്റെ ഇണയോടൊപ്പം ചേർന്ന് നീങ്ങുന്നതാണ് ആകാശത്തിലെ സുന്ദരകാഴ്ച്ച.

ഒരു മനശ്ശാസ്ത്രജ്ഞനും ഇന്നേവരെ വായിക്കാൻ പറ്റാത്ത ലിപിയാണ് മനുഷ്യ മനസ്സിലുള്ളത്. അവന്റെ ഹൃദയരേഖകൾ അടയാളപ്പെടുത്താനുള്ള ഉപകരണം ഇനിയും കണ്ടുപിടിക്കേണ്ടിയിരിക്കുന്നു. നേർത്തു നേർത്ത് ഇല്ലാതാവുന്ന ഒരു ഗസൽ രാഗമാണെന്നറിഞ്ഞിട്ടും സ്വപ്നങ്ങൾ കൊണ്ടവൻ സ്വർഗം തീർക്കുന്നു.

ബിനിയുടെയും ജെമിയുടെയും കഥ പറയാം....

ബിനി സുഖനിദ്രയിലാണ്ടിരിക്കുകയാണ്. അവളെ മാത്രം ഉറ്റുനോക്കി ഉറങ്ങാതെ രാത്രിയും പകലും ജെമി ഒരു നക്ഷത്രം പോലെ കാവലിരിക്കുന്നു. ചില നക്ഷത്രങ്ങളുറങ്ങാറില്ലല്ലോ. ആരും അവൾക്കരികിൽ വന്ന് ഉച്ചത്തിൽ സംസാരിക്കുന്നതവനിഷ്ടമല്ല. ബിനി അയാളുടെ സ്വന്തമാകുന്നതിനു മുമ്പൊരിക്കലും അയാൾ ഒരു രാത്രി പോലും ഉറങ്ങാതിരുന്നിട്ടില്ല. പ്രോഗ്രാം സെറ്റ് ചെയ്ത കമ്പ്യൂട്ടർ പോലെയാണയാളുടെ ജീവിതം. ആ ജീവിതത്തെ അങ്ങനെയാക്കിയെടുത്തത് അയാളുടെ അമ്മയാണ്. അമ്മയുടെ അശ്രാന്തപരിശ്രമമാണതിന് പിന്നിൽ. ഇരുപത്തിയഞ്ച് വർഷം മുമ്പ് വായിൽനിന്നും വെള്ളമൊലിച്ച് തല ഒരു വശത്തേക്കു ചരിഞ്ഞ് തളർന്ന ദേഹത്തോടെ കിടക്കുന്ന മകനേയും തോളിലേറ്റി പല ബസ്സുകൾ കയറിയിറങ്ങി എറണാകുളത്ത് കൊണ്ടുപോ

യി ചികിത്സനടത്തിയാണ് സാധാരണ ജീവിതത്തിലേക്കവൻ വന്നത്. എങ്കിലും ബുദ്ധി ശരീരത്തിനൊപ്പം വളർന്നിരുന്നില്ല. എന്നാൽ അവന് ബിനിയെ സ്നേഹിക്കാനറിയാം. സ്വന്തം ജീവനേക്കാൾ. വിവാഹകാര്യത്തിൽ സഭ പോലും അനുകൂല നിലപാടിൽ ഉണ്ടായിരുന്നില്ല. കാരണം ഇങ്ങനെ ഒരാൾക്ക് ഒരിക്കലും ഒരു നല്ല കുടുംബജീവിതം നയിക്കാനാവില്ല. പ്രത്യുല്പാദന പ്രക്രിയ വഴി വംശം നിലനിർത്താനാവില്ല. കുടുംബ ജീവിതം പൂർണ്ണ പരാജയമായിരിക്കും. ഒരു പെണ്ണിന്റെ ജീവിതം ദുരിതത്തിലേക്ക് തള്ളി വിടരുത് എന്നെല്ലാം ഉപദേശിച്ചു നോക്കിയെങ്കിലും ഫലമുണ്ടായില്ല. തന്റെ കാലശേഷം അവനൊരു തുണവേണം, സ്വത്തുക്കൾ നോക്കിനടത്താൻ ഒരാൾവേണം തുടങ്ങി അമ്മയുടെ ആഗ്രഹപ്രകാരമാണ് ബിനിയെ കണ്ടെത്തിയത്.

ബിനിയെ നോക്കി ജെമി ചിന്തയിൽ മുഴുകിയിരിക്കുകയാണ്. ആ ചിന്തകൾ അവളുടെ കരളോളം എത്തുന്നുണ്ട്. ആ മുഖം അവന്റെയുള്ളിൽ ചിത്രം വരച്ചിടുന്നു. അവന് ഒരാളെ ഇത്രമേൽ ആഴത്തിൽ സ്നേഹിക്കാനാവുമെന്ന് ആരും കരുതിയിരുന്നില്ല. അല്ലെങ്കിൽ തന്നെ ഇത്തരം മനുഷ്യരുടെ വികാരങ്ങൾ മനസ്സിലാക്കുന്നവരാരുണ്ട്.

ഞാൻ ചെന്നു തട്ടിവിളിച്ചപ്പോളവൾ മയക്കത്തിൽനിന്നുണർന്ന് വീണ്ടും ഒന്നു കൂടി ചുരുണ്ടുകൂടി. മുഖത്തുനോക്കാതെതന്നെ ചോദിച്ചു. എന്റെ സൂക്കേട് മാറുമോ? ഞാൻ രക്ഷപ്പെടുമോ?

തീർച്ചയായും. അസുഖമെല്ലാം പെട്ടെന്ന് മാറി വീട്ടിൽ പോകാനാകും, പേടിക്കേണ്ട. സമാധാനത്തിന്റെ വാക്കുകൾ അവളുടെ മുഖത്ത് പുതിയൊരു ചിരി സമ്മാനിച്ചു. അവളെണീറ്റിരുന്നു. ശാസ്ത്രം എത്ര വളർന്നിരിക്കുന്നു. ഇതിനേക്കാളൊക്കെ വലിയ അസുഖങ്ങൾ നിസ്സാരമായി മാറ്റാനാവുന്നു. പിന്നെയാണോ ഒരു വയറുവേദന, ഭയപ്പെടാതിരിക്കൂ എന്ന് പറഞ്ഞു ആശ്വസിപ്പിക്കാനല്ലാതെ കുടലിലെ കാൻസർ കണ്ടുപിടിക്കാൻ വൈകിയതുകൊണ്ട് മരണത്തോടു മല്ലിടുകയാണെന്ന് പറയാനുള്ള ധൈര്യമുണ്ടായിരുന്നില്ല. അവളോടുള്ള തീവ്രപ്രണയം മൂലം ഊണും ഉറക്കവും ഉപേക്ഷിച്ച് അവളുടെ സ്വച്ഛന്ദതയെ ആസ്വദിച്ച് സ്നേഹലാളനകൊണ്ടു സ്വർഗതുല്യമായ ദാമ്പത്യം സമ്മാനിക്കുന്ന നിഷ്കളങ്ക പ്രേമം അനിർവചനീയമാണെന്നു തെളിയിക്കുന്ന ഭർത്താവിനോട് എന്ത് പറയാൻ. ഒരു പക്ഷെ അവന്റെ അതിയായ പ്രണയം കൊണ്ട് അവൾ രോഗത്തെ മറികടന്നേക്കാം.

അല്ലെങ്കിൽ ദേവഗാന്ധാരരാഗത്താൽ ബന്ധിതമായതു പോലൊരു ബന്ധം തകർക്കാൻ പ്രപഞ്ച ശക്തി പോലും മടികാണിക്കാം. ആധുനികതയുടെ ജീവിത തിരക്കുകളിൽ പെടാതെ സമ്പാദ്യത്തിനായുള്ള ഓട്ടപ്പാച്ചിലിൽ നിന്നു മാറി പ്രണയമെന്ന ഗിരിശൃംഗത്തിനുമേൽ തപസ്സ് ചെയ്യുന്ന ഭർത്താവിനു നേരെ തൃക്കണ്ണ് തുറക്കാൻ ഈശ്വരനെന്ന സത്യത്തിന് ഒരു നിമിഷം മതി എന്ന് ഞാൻ ആഗ്രഹിച്ചു. പക്ഷെ ശരീരമായ മണ്ണ് ജീവാംശമാണെന്നും ആ ശരീരം ഭൂമിയിൽ ലയിക്കണമെന്നുമായിരുന്നു വിധി. പിന്നീട് എല്ലാം കഴിഞ്ഞു എന്നറിയിച്ചപ്പോഴും കരിങ്കൽ പ്രതിമയുടെ ദൃഢതയും ശാന്തതയും അയാൾ കൈവിട്ടില്ല. ഉള്ളിൽ എരിയുന്ന കാട്ടു തീ കെടുത്താനുള്ള അശ്രാന്തപരിശ്രമം ആയിരുന്നിരിക്കാമത്. ശരീരം മറവു ചെയ്തപ്പോഴും അവൾ മരിച്ചു എന്നവൻ വിശ്വസിച്ചില്ല. മാത്രമല്ല അവളുടേതായ എല്ലാം എടുത്തുസൂക്ഷിച്ചു വെച്ച് ദിവസങ്ങളോളം വീടിന്റെ ഉമ്മറപ്പടിയിൽ അവൾക്കായി കാത്തിരുന്നു. പാതിവഴിയിൽ ഉപേക്ഷിക്കാനാവാതെ, തിരിച്ചു വരുമെന്ന പ്രതീക്ഷയിൽ ഇന്നും അവന്റെ ചിന്താഗ്നിയിൽ ഒരു കനലായി അവൾ എരിയുന്നുണ്ടാകണം. നിലക്കാത്ത ജീവിതം പോലെ. അല്ലെങ്കിലും പ്രതീക്ഷയുടെ കനലുകൾ അണയുന്നില്ലല്ലോ.

*****

അവരും ഭൂമിയുടെ അവകാശികളാണ്

അവകാശവാദങ്ങളുന്നയിക്കാൻ പിൻഗാമികളില്ലാതെ ജീവന്റെ പ്രവാഹത്തെ ഈ പ്രപഞ്ചത്തിലേക്ക് പ്രവേശിപ്പിക്കാനാകാതെ ഒരു കടന്നുപോക്ക്. പ്രപഞ്ചം അതിന്റെ പ്രസാദങ്ങൾ കൈക്കുമ്പിളിലേക്കിട്ടുകൊടുക്കാത്തപ്പോൾ ഒരു ഭിക്ഷാംദേഹിയെപ്പോൽ യാചിച്ചു നിന്നിട്ടെന്തു പ്രയോജനം. ഈ ഹ്രസ്വമായ ആവാസത്തിനുശേഷം ആർക്കും ഒന്നും കരുതി വെക്കേണ്ടതില്ലാതെ ചിതയെരിയുന്നതിനോടൊപ്പം ദഹിച്ചു തീരുന്ന പാരമ്പര്യം. പതിനാലുവയസ്സുവരേക്കും തറവാടിന്റെ ഏക അവകാശിയായ ജയന്തിയെ എല്ലാവരും സ്നേഹം കലർന്ന അസൂയയോടെ നോക്കി. അതിനുശേഷമാണവൾ ഒരു അപശകുനമായി മാറിയത്. ആദ്യമാദ്യം എല്ലാവർക്കും മനസ്സിലാക്കാൻ പ്രയാസമായിരുന്നു. പിന്നീട് തിരിച്ചറിവ് വന്നപ്പോൾ എല്ലാവരും അനുഭവിച്ചത് ഹൃദയ ഭേദകമായ വേദനയായിരുന്നു. വിദ്യാഭ്യാസ കാലഘട്ടങ്ങളിൽ ജയന്തിയുടെ കഴിവിൽ അതീവതാല്പര്യം തോന്നിയിരുന്നു. കായിക ഇനങ്ങളിലെല്ലാം അവൾ ഒന്നാം സ്ഥാനത്തായിരുന്നു. വിദ്യാലയത്തിലെ കായികതാരമായിരുന്ന അവൾ മാവിലും പേരയിലും എല്ലാം അനായാസം കയറി ഫലങ്ങൾ ശേഖരിച്ച് കുട്ടികൾക്കു നൽകി നല്ല സുഹൃദ്ബന്ധം സ്ഥാപിച്ചിരുന്നു. ദൃഢതയുള്ള ശരീരവും ആരെയും കൂസാതെയുള്ള നടപ്പും എല്ലാം അവളെ മറ്റ് കൂട്ടുകാരിൽ നിന്നും വ്യത്യസ്തയാക്കി. എങ്കിലും അവളെയൊരു ധിക്കാരിയായി ആർക്കും കാണാനായില്ല. വൽസയോട് അതീവ പ്രണയമാണവൾക്ക്. അതുകൊണ്ട് ഒന്ന് ഉപദേശിക്കണമെന്ന്! അവിശ്വസനീയമായ വാർത്തകൾക്ക് ചിറകുകൾ നൽകാൻ മിടുക്കരായ ഗ്രാമവാസികൾ അവരുടെ ഭാവനാ സമ്പന്നതയെ ഞാൻ അഭിനന്ദിക്കുന്നു എന്നു പറയാനല്ലാതെ ആ വാർത്ത വിശ്വസിക്കാൻ ഞാനിഷ്ടപ്പെട്ടില്ല. എന്നാൽ അവളെന്നോട് പറഞ്ഞു. എന്നെ ആരും മനസ്സിലാക്കുന്നില്ല. അതിനു ശ്രമിക്കുന്നു പോലുമില്ല. മറ്റു പെൺകുട്ടികളെല്ലാം ഋതുമതിയായത് തറവാടു മുഴുവനും ആഘോഷിച്ചപ്പോഴും എനിക്കാഘോഷിക്കാൻ വിഷയങ്ങളില്ലായിരുന്നു, ദിനങ്ങളില്ലായിരുന്നു. പ്രകൃതി

യിൽ നിന്നും അന്യവൽകൃതയാവുന്ന എനിക്ക് മനുഷ്യരായി കൂട്ടുള്ള ത് അവൾ മാത്രമാണ്. വൈകാരികതയോ ലൈംഗികതയോ മാത്രമല്ല ജീവിതം. നമ്മൾ അംഗീകരിക്കപ്പെടുന്നു, സ്നേഹിക്കപ്പെടുന്നു, മനസ്സി ലാക്കപ്പെടുന്നു എന്ന തോന്നൽ കൂടിയാണത്.

സ്ത്രീയുടെ ലാവണ്യവും മൃദുലതയും ഒന്നുമില്ലാതിരിക്കെതന്നെ ക ണ്ണുകൊണ്ടു മുതൽ ശരീരം കൊണ്ടുവരെ എന്നെ ദുരുപയോഗം ചെ യ്യാനെത്തുന്നവർ ഏറെയാണ്. എങ്കിലും എനിക്കു സമൂഹത്തിൽ നി ന്നു ലഭിക്കുന്ന ഒറ്റപ്പെടുത്തലിനേക്കാൾ നിസ്സാരമാണത്. സഹനോത്സു കമായ ഒരു ചേതനയാണെനിക്കു ജീവിതം. എല്ലാം എരിഞ്ഞടങ്ങുമ്പോ ഴും പുതുതായൊന്നു കിളിർപ്പിക്കാനാവുന്ന ഭൂമിയിൽ, ഒരു സസ്യ ജീവ ജാലങ്ങളും പുനർജനിക്കാത്ത ചാവുകടൽ പോലെയാണ് ഞാൻ. അ ഗ്നിയും ഗന്ധകവുമിറക്കി ശിക്ഷിക്കപ്പെട്ട ചാവുകടൽ. അതുകാണാനും ധാരാളം സഞ്ചാരികൾ വരുന്നു. അവിടം ആസ്വദിച്ചു കടന്നുപോകുന്നു. പിന്നീടൊരിക്കലും അവർ തിരിച്ചു വരുന്നില്ല. അതുതന്നെയാണ് ഓരോ മൂന്നാംലിംഗക്കാരന്റെയും ജീവിതവും. കേവലം ഹോർമോണുകളുടെ അസന്തുലിതാവസ്ഥ കൊണ്ട് ഒരു പെൺകുട്ടിയുടെ ഗാർഹിക സ്വപ്ന ങ്ങൾ നഷ്ടപ്പെടുകയും അവൾ സ്ത്രീയും പുരുഷനുമല്ലാതാവുകയും ചെയ്യുമ്പോൾ വരേണ്യ വർഗത്തിൽപ്പെട്ടവർക്ക് അവൾ അപശകുനമാ

യി തീരുന്നു. പിന്നീടവൾ അർദ്ധനാരീശ്വരനായ ശിവനിൽ മാത്രം അഭയം കാണുന്നു. അങ്ങനെയുള്ള എനിക്കു കൂട്ടായിരുന്നത് വൽസയാണ്. അച്ഛനും അമ്മയും ജോലിക്കുപോകുമ്പോഴുള്ള ഏകാന്തതയിൽ ഞങ്ങൾ പരസ്പരം കൂട്ടായി ഒന്നിച്ചിരുന്നു. ഉണ്ടു, ഉറങ്ങി, കാലം ദിനരാത്രങ്ങൾ പൊഴിച്ചു കൊണ്ടിരിക്കേ എന്നിലെ മാറ്റങ്ങൾ ഞാൻ മാത്രമല്ല അവളും എന്നേക്കാൾ കൂടുതൽ കണ്ടു, അറിഞ്ഞു, മനസ്സിലാക്കി. സ്വന്തം അച്ഛനും അമ്മയും മനസ്സിലാക്കുന്നതിനേക്കാൾ ഏറെ.

ഇനിയും ഞങ്ങളെന്തിനു പിരിയണം. മനസ്സിന്റെ ഇഷ്ടം ശരീരം അംഗീകരിക്കുന്നിടത്തു സമൂഹം തടസ്സമായി നിന്നിട്ടെന്നെ ഒറ്റപ്പെടുത്തുന്നതെന്തിന്? ആറു വർഷമായിട്ടു ഞാൻ കണ്ണാടി നോക്കാറില്ല.

സ്നേഹം തേടിയുള്ള അലച്ചിലിൽ ഞാൻ കണ്ടത് അക്രമത്തിനും ക്രൂരതക്കും കാമത്തിനുമിടയിൽ ചികഞ്ഞുകൊണ്ടിരിക്കുന്ന അന്യന്റെ ജീവിത ദുരന്തങ്ങൾ മാത്രമാണ്. അതിനിടയിൽ കണ്ട സ്നേഹത്തിന്റെ വ്യത്യസ്തമാനം വൽസ മാത്രമാണ്.

പുരുഷന്റെ നെറ്റി ചുളിക്കുന്നതൊന്നും സ്ത്രീ ആഗ്രഹിക്കാൻ പാടില്ല എന്നു വിശ്വസിക്കുന്ന കപട സദാചാരത്തിന്റെ മുഖംമൂടിയണിഞ്ഞ സമൂഹത്തിൽ അരുതുകളുടെ കൂച്ചുവിലങ്ങുകൾ കൊണ്ടു നപുംസകങ്ങളെ കെട്ടിയിടുമ്പോൾ അവരുടെ മനസ്സിൽ ശരീരം ഒരു ശാപമായി മാറുന്നു. മരണം സൗന്ദര്യം നശിപ്പിച്ച് വികൃതമാക്കുന്ന ശരീരത്തെ പറ്റി എന്തിനിത്ര വേർതിരിവ്? സ്നേഹരഹിത ഭൂമിയിൽ ഇനിയും നപുംസകങ്ങൾ ഉണ്ടാവും. അവരും ജീവിക്കട്ടെ. അവരും ഭൂമിയുടെ അവകാശികളാണ്.

*****

ഷീ ടൂ

കോഴി കൂവി വിളിച്ചുണർത്തുന്ന ഭാരതീയ പാരമ്പര്യ ശൈലി പുരാതന കാലം മുതലേ തുടങ്ങിയതാണ്. കാലം പുരോഗമിച്ചപ്പോൾ കൂവലുകൾ ശാസ്ത്രീയമായി. കോഴികൾക്ക് പകരം അലാറങ്ങളെത്തി. എങ്കിലും പലയിടങ്ങളിൽ കോഴികൾ കൂവിക്കൊണ്ടേയിരുന്നു.

സൗദി അറേബ്യയിലും കോഴി കൂവുമോ എന്ന് സംശയിക്കുന്നില്ലേ. എന്നാൽ ആ ഒരു കൂവലായിരുന്നു ഷംലയെ എന്റെ അടുത്തെത്തിച്ചത്.

അവളുടെ സംസാരം വിഭ്രമാത്മകവും അയഥാർത്ഥവുമായ വഴികളിലൂടെ സഞ്ചരിക്കുന്നതായി തോന്നി. മനസ്സിന്റെ ഏതോ ഒരു കോണിൽ ഒളിച്ചിരിക്കുന്ന യാഥാർത്ഥ്യത്തിൽ നിന്നാണ് അവളുടെ പരിഭ്രാന്തി വരുന്നതെന്ന് മനസ്സിലാക്കാൻ അധികം സമയം വേണ്ടി വന്നിരുന്നില്ല.

ഒരു നീർക്കുമിള പോലുള്ള മനസ്സിനെ മൃദുലമായ പൂവിനെ തഴുകിയുണർത്തും പോലെ തൊട്ടുണർത്താനായിരുന്നു ഞാനാഗ്രഹിച്ചത്.

അരുതകളുടെയും, അടിച്ചമർത്തലുകളുടെയും കൂച്ചുവിലങ്ങുകൾ പൊട്ടിച്ചു പുറത്തു ചാടാൻ വെമ്പുന്ന തൃഷ്ണയുടെ അഗ്നി നാളങ്ങൾ ആ കണ്ണുകളിൽ ജ്വലിച്ചുകൊണ്ടിരുന്നു.

ആ, കത്തുന്ന നാളങ്ങളിൽനിന്നു തന്നെയാവട്ടെ എന്റെ ചോദ്യങ്ങളുടെ തുടക്കവും എന്ന തീരുമാനത്തിൽ മുറിവേറ്റു പിടയുന്ന മനസ്സ് കോരിയെടുത്തപ്പോഴാണ്, നാലാം ക്ലാസ്സുകാരിയായിരിക്കേ, ഒരു സ്ത്രീയാവുന്നതിന് മുമ്പേ അവളുടെ സ്ത്രീത്വത്തിനേറ്റ അപമാനവും വേദനയും രതിവൈകൃതവുമാണ് ഇന്നും അവളെ വേട്ടയാടുന്നതെന്ന് തിരിച്ചറിഞ്ഞത്.

അതുകൊണ്ടുതന്നെയാണ് ദാമ്പത്യത്തിനുള്ളിലെ പ്രണയ രഹിതമായ ജീവിതം വെറുമൊരു ചടങ്ങായി മാറ്റാൻ സ്വന്തം ശരീരത്തെ ജഡാവസ്ഥയിൽ കാണുന്നതെന്നും ആ ഭാവത്തിൽനിന്നുണ്ടാകുന്ന കുഞ്ഞുങ്ങളെ ലാളിക്കാനിഷ്ടപ്പെടാത്തതെന്നും ബോധ്യമായി.

ഷംല അവളുടെ കഥ പറയുകയായിരുന്നു.

ഗ്രാമത്തിന്റെ നിഷ്കളങ്കത മനസ്സിൽ പേറുന്ന അമ്മൂമ്മ അവളെ തറവാട്ടിലെ കോഴിക്കൂട് അടക്കാൻ വിട്ടതായിരുന്നു. കൂടെ വന്ന അനിയൻ തന്റെ ചക്രവണ്ടിയുമുരുട്ടി പെട്ടിക്കടയിലേക്ക് മെഴുകുതിരി വാങ്ങാൻ പോയി. തന്റെ ജീവിതം മുഴുവൻ ഉരുകിത്തീരാൻ പോകുന്ന ഒരു യാത്രയായിരുന്നു അതെന്ന് ഷംലക്ക് അപ്പോൾ തോന്നിയില്ല. അല്ലെങ്കിൽ അങ്ങനെ ചിന്തിക്കാനുള്ള പ്രായമവൾക്ക് ആയിട്ടില്ലായിരുന്നു.

വരാന്തയിലെ ഇരുട്ടിന്റെ മറവിൽ അച്ഛനു തുല്യം സ്നേഹിച്ചിരുന്ന കൊച്ചച്ചൻ വെറുമൊരു മുണ്ടുമാത്രമുടുത്തു പൂരുഷ ശരീരവും പിശാചിന്റെ മനസ്സുമായി നിൽക്കുന്നതവൾ അറിഞ്ഞിരുന്നില്ല.

ബാല്യം വിട്ടുമാറാത്ത സ്ഥൂല ശരീരത്തിൽ അയാളുടെ ബലിഷ്ഠകരങ്ങൾ ആഴ്ന്നിറങ്ങിയപ്പോൾ ഒച്ചവെച്ചു കരയാൻ പോലുമാവാതെ വായ് മൂടപ്പെട്ടിരുന്നു. കൈകൾ പിന്നിലേക്ക് പിടിച്ച് തൂണിൽകെട്ടിയിരുന്നു. എന്നിട്ടയാൾ ആ പിഞ്ചു ബാലികയിലേക്ക് അനായാസേന സഞ്ചരിച്ച് ആനന്ദ നൃത്തം ചവിട്ടി. മരണം മുന്നിൽ കണ്ട് അവൾ വിറച്ചു. സ്വന്തം ശ്വാസത്തെ പോലും അവൾ ഭയന്നു. ജീവിതത്തിൽ എല്ലാത്തിനോടും അവൾക്കു വെറുപ്പു തോന്നി. തന്റെ സ്വകാര്യതകളിൽ പറ്റിപ്പിടിച്ച വഴുവഴുപ്പുള്ള ദ്രാവകത്തോട്, തന്നെ വേദനിപ്പിച്ച കൊച്ചച്ചനോട്, ഇരുട്ടിന്റെ മറവിലിട്ട് പിച്ചിച്ചീന്തിയ രാക്ഷസനോട്, പുറത്തു പറഞ്ഞാൽ വിറകു

പുരയിലിട്ടു കത്തിക്കുമെന്ന് പറഞ്ഞ ഭീകരനോട്, വർഷങ്ങൾക്കു ശേഷവും മനസ്സ് ശാപമാകുന്ന അവസ്ഥയിലേക്കവളെ എത്തിച്ച കോഴികളോടുപോലും ഭയമാണവൾക്ക്

വിറയാർന്ന ശരീരത്തോടും കരഞ്ഞു കലങ്ങിയ കണ്ണുകളോടും കൂടി ആ രാത്രി മുഴുവനുമവൾ കട്ടിലിനടിയിൽ കണ്ണീരോടെ കഴിഞ്ഞു. ആ വീടവൾക്കൊരു തടവറയായി. പ്രഭാതത്തിലെ സൂര്യ കിരണങ്ങൾ വിളിച്ചുണർത്തുമ്പോൾ അമ്മ ഒരു അനിയനു കൂടി ജന്മം നൽകിയ വിവരമറിയിക്കാൻ അച്ഛൻ വീട്ടിലെത്തിയിരുന്നു. ആ കാലുകളിൽ കെട്ടിപ്പിടിച്ചവൾ പൊട്ടിക്കരഞ്ഞു. അമ്മയുടെ അടുക്കൽ കൊണ്ടുപോകണമെന്ന് കേണപേക്ഷിച്ചു. വെറുമൊരു പെൺകുട്ടിയുടെ ബാലിശമായ വാശിയായി അച്ഛനതിനെ കണ്ടു. കരച്ചിലിനു ശക്തി കൂടിയപ്പോൾ അയാൾ കാലുകൊണ്ടവളെ തൊഴിച്ചു മാറ്റി. കൊഞ്ചേണ്ട പ്രായം കഴിഞ്ഞെന്നു ശാസിച്ചു.

ഒരു സുരക്ഷിതത്ത്വത്തിനുവേണ്ടി തിരഞ്ഞ കണ്ണുകളിൽ രൗദ്രഭാവം തുടികൊട്ടുന്നതവളെ കൂടുതൽ നിരാശയിലാഴ്ത്തി. അതിർത്തികളില്ലാത്ത വേദനകൾ ആയിരം നാവുള്ള ഭാഷകളിൽ അവളോടു സംസാരിച്ചു. ചിറകെട്ടി നിർത്താനാഗ്രഹിച്ച സങ്കീർണമായ ഓർമ്മകൾ അഹം ബോധത്തിൽ തട്ടിത്തടഞ്ഞുകൊണ്ടിരുന്നു. ഭാരമിറക്കിവെക്കാനവൾ ഒരത്താണിയും കണ്ടില്ല.

സ്വന്തം കുടുംബത്തിൽതന്നെ ഇരുട്ടിന്റെ മറവിൽ സ്ത്രീയെ കശക്കിയെറിയുന്ന പകൽ മാന്യന്മാരുണ്ടെന്നു പറയാനവൾക്ക് നാവു പൊങ്ങിയില്ല. പറയാൻ ധൈര്യപ്പെട്ടപ്പോഴോ ആഭിജാത്യത്തിന്റെ പേരിൽ ബാല്യത്തിൽ സംഭവിച്ച കാര്യം ഇനിയും കുത്തിപ്പൊക്കാൻ തറവാട്ടുകാരിഷ്ടപ്പെട്ടില്ല. പകരം വിവാഹമെന്ന പേരിൽ മറ്റൊരു പുരുഷന്റെ കിടപ്പറയിലേക്കവളെ തള്ളിവിട്ടു. അവിടെ അവൾക്കൊരു ഭാര്യയാകാനായില്ല. നല്ലൊരു അമ്മയാകാനായില്ല.

സ്ത്രീ ആരുടെയും യജമാനനല്ല. സ്വന്തം യജമാനത്വം പോലും നിഷേധിക്കപ്പെട്ട അവൾ കുരച്ചാലും ശബ്ദം വരാത്ത പോമറേനിയൻ നായ പോലെ വീട്ടിനകത്ത് മാത്രം ഒതുങ്ങിക്കൂടി.

പുരുഷനോടുള്ള പരവർഗ പ്രണയാകർഷണം നഷ്ടപ്പെടുകയും തന്റെ ശരീരത്തെ മാത്രമാണ് കാമിക്കുന്നത് എന്ന തിരിച്ചറിവിൽ നിന്നുള്ള നിരാശയുമാണവളെ പാതി തകർന്ന പളുങ്കായി ഈ നാലു ചുമരുകൾക്കുള്ളിൽ ബന്ധിച്ചത്. സ്നേഹം കൊണ്ടും സ്നേഹ രാഹിത്യം കൊണ്ടും പെൺകുട്ടികൾ പീഡിപ്പിക്കപ്പെടുമ്പോൾ, ഒന്നു നിലവിളിക്കാനാ

വാത്ത വിധം വേദന കൊണ്ടു തൊണ്ട പൊട്ടിപ്പോകുമ്പോൾ ജീവിതത്തിന്റെ ഓട്ടം ഒരു നിമിഷമെങ്കിലും നിർത്തി അവളെ ചേർത്തു പിടിക്കുക. അവളുടെ തകർന്ന മനസ്സിന് ഒന്നു തല ചായ്ക്കാൻ, ഒന്നു പൊട്ടിക്കരഞ്ഞാശ്വസിക്കാൻ സ്വന്തം മാതാപിതാക്കളെങ്കിലും ഒന്നു നിൽക്കണേ. പുറം കാലുകൊണ്ട് തൊഴിക്കും മുമ്പ് അവളെ ഒന്നു കേൾക്കണേ...

*****

കാടുവിട്ട കള്ളൻ

അത്താണിയില്ലാത്തവരുടെ മുന്നിൽ ഭൂതകാലത്തിന്റെ കെട്ടഴിക്കാൻ പറയാറില്ല. അങ്ങനെ പറയുന്നത് ശരിയുമല്ല. ചാമരാജനഗറിലെ അസീസി ഗ്രീൻ ഗാർഡൻസ് എന്ന ആശുപത്രിയും പരിസരവും മഞ്ഞുകൊണ്ടു മൂടുപടമണിഞ്ഞു തണുത്തു മരവിച്ച് നിൽക്കുന്നു. മുറ്റത്തെ പൂന്തോട്ടത്തിൽനിന്നും പനിനീർപൂക്കളുടെ പരിമളം ആ രാവിനെ സുഗന്ധപൂരിതമാക്കി ക്കൊണ്ടിരിക്കുന്നു. അപ്പോഴും സ്വന്തം ശരീരം തടവറയാക്കിയ കന്യാസ്ത്രീകൾ എനിക്കൊപ്പം രാവിനെ പകലാക്കി കിടപ്പുരോഗികൾക്കു കാവലിരിക്കുന്നുണ്ടായിരുന്നു. ഉറക്കം തഴുകാൻ വരുമ്പോഴും കൈവെള്ളയിലെ കൊന്ത മണികൾ ഉരുണ്ടു കൊണ്ടേയിരുന്നു. അവർ ദൈവത്തെ സ്നേഹിക്കുന്നു. നമ്മൾ മനുഷ്യരെ സ്നേഹിക്കുന്നു.

അവരുടെ സ്വപ്നങ്ങളിലെ പ്രേമഭാജനമായ ദൈവത്തിനു രൂപഭാവങ്ങളില്ല. മായാരൂപങ്ങളിൽ ശരീരമില്ലാത്തവനായി അവൻ കടന്നു വരുന്നു. എന്റെ മുന്നിലേക്ക് കടന്നു വന്നത് രൂപങ്ങളില്ലാത്ത ആത്മാവല്ലായിരുന്നു. ആത്മാവുള്ള, ശരീരമുള്ള പുരുഷനായിരുന്നു. പക്ഷെ അയാൾ മൃതപ്രായനായിരുന്നു. നടക്കാൻ വളരെ ബുദ്ധിമുട്ടിയാണ് ഇരുമ്പഴികളുള്ള ആശുപത്രി വരാന്തയുടെ താഴിട്ടു പൂട്ടിയ പടിവാതിൽക്കൽ തട്ടിയത്. ഒരുപക്ഷെ അയാൾ പ്രണയത്തിന്റെ ആത്മാവന്വേഷിക്കുന്നതിനിടയിൽ ആരെങ്കിലും തല്ലി ചതച്ച് തണുത്തുറഞ്ഞ ഇടങ്ങളിൽ ഉപേക്ഷിച്ചതാവാം. അവിടെ നിന്നു രക്ഷതേടിയുള്ള പലായനത്തിനിടയിൽ കണ്ട ഇടത്താവളമാകാം ഇതെന്നു ഞാൻ കരുതി. എന്തു കൊണ്ടോ അയാൾക്കു നേരെ നോക്കി ഒരു നോ പറയാൻ എനിക്കായില്ല. ആത്മീയാനുഭൂതിയിൽ പാതി മയക്കത്തിൽ കസേരയിലിരിക്കുന്ന സിസ്റ്ററിനെ തട്ടി വിളിച്ചു. എന്നാൽ ഒന്നുമറിയാതെ ഇങ്ങനെ ഒരാളെ അർദ്ധരാത്രിയിൽ ആശുപത്രിയിൽ കയറ്റിയാലുള്ള നിയമ നടപടികളെ സിസ്റ്റർ ഭയന്നു. അയാൾ കള്ളനോ കോലപാതകിയോ ആണെങ്കിൽ പോലീസ് നടപടികളുണ്ടാകുമെന്ന് പറഞ്ഞെന്നെ പിന്തിരിപ്പിച്ചു. ക്രൈസ്തവ പ്രതീക വ്യവസ്ഥകളുപയോഗിച്ച് മതം എന്ന അധികാരസ്ഥാപനത്തിനെതി

രെ പരോക്ഷമായ വിമർശനങ്ങൾ നടത്തുന്ന ഒരു കൂട്ടം ജനത അവിടെയുമുണ്ടായിരുന്നു. ഒരു പക്ഷെ അവർ കൂടുതൽ ശക്തമായി ആഞ്ഞടിക്കുമെന്നും സിസ്റ്റർ പറഞ്ഞു. എന്നാൽ എനിക്കു മറ്റൊന്നും ചിന്തിക്കാനുണ്ടായിരുന്നില്ല. വേദനയിൽ ഇഴഞ്ഞുവന്ന് ജീവന്റെ ഒരു സ്പന്ദനത്തിനായി കൈനീട്ടി യാചിക്കുന്ന മനുഷ്യ ജീവിതത്തിന്റെ മഹാദൈന്യതയും, രോഗിയായി വരുന്ന ശത്രുവിനെ പോലും മുഖം നോക്കാതെ ചികിത്സിക്കണം എന്ന അപ്പയുടെ ഉപദേശവും മാത്രമായിരുന്നു എന്റെയുള്ളിൽ തെളിഞ്ഞു വന്നത്. അതുകൊണ്ടു തന്നെ മേശപ്പുറത്തെ പൂപ്പാത്രത്തിനടിയിലിരുന്ന താക്കോലെടുത്ത് താഴുതുറന്നു. അയാളെ ചികിത്സാമുറിയിലെത്തിച്ചു. അവിടെ തളം കെട്ടി നിന്ന വലിയ മൗനം മുറിക്കാനായി ഞാനയാളുടെ മുറിവിലെ രക്തം തുടച്ചുകൊണ്ടിരുന്നതിനൊപ്പം കേസ് ഹിസ്റ്ററി എടുക്കാനാരംഭിച്ചു. അതു കേൾക്കുന്തോറും എന്റെ കൈകളിൽ കൂടി ഒരു വിറയൽ വന്നു തുടങ്ങി. അത് ശരീരമാസകലം വ്യാപിച്ചു കൊണ്ടിരുന്നു.

സിസ്റ്റർ ഇടക്കെട്ടിൽ തൂക്കിയിട്ടിരുന്ന കൊന്തയിൽ മുറുകെ പിടിച്ച് ഉരുട്ടിക്കൊണ്ടിരുന്നു. അവരുടെ കണ്ണുകളിലുണ്ടായിരുന്ന ഉറക്കത്തിന്റെ അടയാളങ്ങളെല്ലാം പാടെ മാറി. ഭയം അവരെ കീഴ്പ്പെടുത്തിത്തുടങ്ങി. സാമൂഹ്യമായ ഇടപെടലുകളെയും ശത്രുവിനെയും മരണത്തെയും എല്ലാം ഭയപ്പെടുന്ന രണ്ടു മനസ്സുകളുടെ ആവിഷ്ക്കാരം ഞങ്ങൾ പരസ്പരം അവിടെ മനസ്സിലാക്കി.

അയാളുടെ വ്യക്തി ജീവിതത്തിലെ താളപ്പിഴകൾ ഈ രാത്രി മുതൽ

ഞങ്ങളെ കൂടി വിഴുങ്ങാൻ ഒരു ഭൂതം കണക്കെ വായ് പിളർന്നു നിൽക്കുന്നതായി തോന്നി. ഈ രാവിലെ ചന്ദ്രൻ നാളത്തെ സൂര്യോദയത്തിന് വഴിമാറുമ്പോൾ എങ്ങനെ ഡ്യൂട്ടി ഹാൻഡ് ഓവർ ചെയ്യും? ഗുണ്ടൽപേട്ട കാടുകളിൽ മറഞ്ഞിരുന്ന് വനം കൊള്ള നടത്തിയിരുന്ന കാട്ടുകള്ളൻ വീരപ്പന്റെ കൂട്ടത്തിൽ പെട്ടുപോയി ആറുമാസക്കാലം അവരോടൊപ്പം താമസിച്ചിരുന്ന ഒരാളാണ് അഭയം തേടി വന്നത്. പിന്നീട് ഒരു കൊലപാതകം കണ്ടപ്പോൾ ഓടി രക്ഷപ്പെടാൻ ശ്രമിച്ചതിന്റെ അനന്തരഫലമാണ് ഇവിടെ കിടക്കുന്നയാൾ. മരിച്ചെന്നു കരുതി ഉപേക്ഷിച്ചതാവാം: എങ്ങനെയോ രക്ഷപ്പെട്ട് ഇവിടെ എത്തിച്ചേർന്നു. ഇതെല്ലാം ആശുപത്രിമേലധികാരികളോട് എങ്ങനെ പറയും?

ഉത്തരങ്ങൾക്കു പകരം ചോദ്യങ്ങൾ ചോദിച്ച് രക്ഷപ്പെടുന്ന മധ്യവർഗ്ഗ സമൂഹത്തിലാണ് ഞാനിങ്ങനെ ഒരാളെ ചികിത്സിക്കുന്നത്. മനുഷ്യജീവിതത്തിന്റെ അന്തസ്സാരശൂന്യതയും സ്നേഹരാഹിത്യവും സാമൂഹ്യമൂല്യങ്ങളോടുള്ള വിയോജിപ്പും എല്ലാം മനസ്സിലാക്കിയതു കൊണ്ടായിരിക്കാം മേലധികാരികൾ എന്നോടു പറഞ്ഞു:

“മാനുഷിക മൂല്യങ്ങളിൽ എല്ലായ്പ്പോഴും സംശയാലുക്കളായി തീരുന്ന ജന സമൂഹത്തിലാണ് നമ്മുടെ നന്മ വിളങ്ങേണ്ടത്. മനുഷ്യ ജീവിതത്തിന്റെ ആകെത്തുക വേദനയാണ്. അപ്പോൾ മറ്റുള്ളവരുടെ വേദന കാണാതെ പോയാൽ അതിന്റെ വിലയെന്താണ്? ഏതായാലും പരിപൂർണ്ണ സുഖം പ്രാപിക്കും വരെ അയാൾ സുരക്ഷിതനായി ഇവിടെ കഴിയട്ടെ”. ആ വാക്കുകൾ എനിക്കു വലിയ ആശ്വാസം നൽകി. ആ അധികാരികളുടെ നല്ല തീരുമാനവും അയാളെ നേർവഴിക്കു നയിച്ചതുമെല്ലാമായിരിക്കാം അയാൾ പിന്നീട് ഒരു നല്ല കർഷകനായി. നന്മയുടെ ഫലങ്ങളാണ് അയാളിപ്പോഴും വിളയിച്ചുകൊണ്ടേയിരിക്കുന്നത്.

*****

തിരികെ വിളിച്ച നേരം

രാത്രിയുടെ രണ്ടാം യാമം പിന്നിടുമ്പോഴും ശീതീകരിച്ച മുറിയിലെ ഹൈടെക് കട്ടിലിൽ കിടന്നു മീര പറഞ്ഞു.

ഷീലേ, നീയെന്നെ വിട്ടു പോവരുത്. നീ ഇവിടെ നിന്നു മാറിയാൽ ഒരുകൂട്ടം സാത്താൻമാർ ചുറ്റിലും പറന്നു നടക്കുന്നതു കാണാം. നീയെന്റെ കരം കവർന്നെടുക്കുമ്പോൾ അവർ എന്നിൽ നിന്നു മാറി നിൽക്കുന്നു. അതെ ഷീലേ, എനിക്കതു കാണാനാവും. എന്റെയുള്ളിൽ മരണഭയം വളർന്നുകൊണ്ടേയിരിക്കുന്നു. കുഞ്ഞു ശബ്ദങ്ങൾ പോലും അരോചകമാണ്. ഒരോ പാദപതനങ്ങളും മരണത്തിലേക്കുള്ള കാലടി ശബ്ദങ്ങളായി അനുഭവപ്പെടുന്നു. രാത്രികൾക്ക് ഏറെ ദൈർഘ്യം. ആ നിശ്ശബ്ദത എന്റെ നിത്യ വിശ്രാന്തിയുടെ ഉറവിടമാവുന്നു.

രാവിലെ വരുന്ന ചായക്കാരനിൽ ഞാൻ പ്രഭാതത്തിന്റെ മാലാഖയെ കാണുന്നു. ഉച്ചയ്ക്ക് കഞ്ഞിയുമായി വരുന്ന കാന്റീൻകാരനിൽ അമ്മയുടെ സ്നേഹം അനുഭവിക്കുന്നു. വൈകുന്നേരങ്ങളിൽ മുസമ്പി നീരുമായി വരുന്ന സഹപ്രവർത്തകനിൽ ഞാൻ എന്റെ സഹോദരനെ കാണുന്നു. അവരാരും എന്റെ ജാതിക്കരോ, രാജ്യക്കാരോ അല്ല. എങ്കിലും അവരെല്ലാം എനിക്കു പ്രിയപ്പെട്ടവരായിരിക്കുന്നു. സുന്ദരമായ ചുണ്ടുകളുണ്ടായിട്ടും ഒന്നു പുഞ്ചിരിക്കാനാവാതെ കിടക്കുമ്പോഴും എന്റെ അരികിലൂടെ സ്നേഹാന്വേഷണം നടത്തിപോവുന്ന സമരിയാക്കാരെ ഞാനറിയാതെ പ്രണയിക്കുന്നു. എന്തിനെന്നറിയാതെ ജീവിത്തിന്റെ പാതി വഴിയിലെന്നെ മടക്കിവിളിക്കുന്ന ശബ്ദം കേൾക്കുമ്പോഴും മോഹങ്ങളെന്നിൽ ബാക്കിയാണ്. മരണത്തിന്റെ ആണ്ടുബലിയിട്ട് കഴിയുമ്പോഴേക്കും പ്രിയനെന്നെ മറന്നോളും. മക്കൾ സ്വയം പര്യാപ്തത നേടിക്കോളും. പിന്നെ വല്ലപ്പോഴും നാട്ടിൽ ചെല്ലുന്ന പ്രവാസിയെ പോലെയായിരിക്കും എന്നെ കുറിച്ചുള്ള ഓർമകൾ. അത് ആരുമറിയാതെ, ഒരു ചലനവും സൃഷ്ടിക്കാതെ വന്നുപോവും. വോട്ടാവകാശം പോലുമില്ലാത്ത പ്രവാസിയെപ്പോലെ. നിനക്കും ഞാൻ അങ്ങിനെയായിരിക്കുമല്ലേ...!

നീണ്ട പത്തുവർഷങ്ങൾ. കട്ടിലിനിടം കണ്ടെത്തിയിട്ടും സൂര്യനു കീ

ഴിലുള്ള എല്ലാറ്റിനെക്കുറിച്ചും അന്വേഷണം നടത്തിയിട്ടും സ്വന്തം മരണസമയം കണ്ടെത്താനാവാതെ മടങ്ങുന്ന ഞാൻ എന്തു ശാസ്ത്രജ്ഞയാണ്! ആളുകൾ എന്റെ പേരു വിളിച്ച് വിളിച്ച് പ്രശസ്തയാക്കിയപ്പോഴും സ്വന്തം അസ്തിത്വം കണ്ടെത്താനായില്ല. നിനക്കറിയുമോ ഇപ്പോഴും എന്റെ ചുറ്റിലും വാവലുകളെപ്പോലെ പറന്നു നടക്കുന്ന പിശാചുക്കളുണ്ട്. അവരെന്നെ നോക്കി പല്ലിളിക്കുന്നു. കൊന്തയും ഖുറാനും നാമജപവും അവർക്കു പേടിയില്ലാതായിരിക്കുന്നു. എന്തേ അതിലും മായം കലർത്തിയിട്ടുണ്ടോ? ഒരു മരുന്നിനും ഈ രാത്രിയെ മറികടക്കാനാവില്ല എന്ന തോന്നൽ ഏറെ നിരാശയുളവാക്കുന്നു. ഓട്ടോക്ലേവിനുള്ളിൽ സ്റ്റെറിലൈസ് ചെയ്യാനിട്ട സർജറി ഉപകരണം പോലെ എന്റെ തലയ്ക്കുള്ളിൽ രക്തം തിളച്ചുമറിയുന്നു. ഇതൊന്നും മനസ്സിലാക്കാത്ത നീയെന്ത് ഡോക്ടറാണ്...?!

മരണം എനിക്ക് കാണാനാവുമ്പോഴും നീ പറയുന്നു. അതു വെറും തോന്നലും ഭീതിയുമാണെന്ന്. മനുഷ്യ മനസ്സിനും ആത്മാവിനുമിടയ്ക്കുള്ള സംഭാഷണത്തിൽ ജനനവും മരണവും കൃത്യമായും തിരിച്ചറിയപ്പെടുന്നു. പക്ഷേ, വൈദ്യശാസ്ത്രത്തിനു ലക്ഷണങ്ങൾ നോക്കേണ്ടി

വരുന്നു. അതു പലപ്പോഴും കൂട്ടാക്കണക്കുകളായി മാറുന്നു. എന്റെ ഹൃദയതാളം നിലയ്ക്കാതിരിയ്ക്കാൻ നീയെന്റെ കൈ മുറുകെ പിടിക്കുക. വിട്ടാൽ എന്റെ ഹൃദയം കൊത്തിയെടുത്ത് പറക്കാനായി അവർ പാഞ്ഞടുക്കുന്നുണ്ട്. നിനക്കിവിടെ എന്നെ എന്നന്നേക്കുമായി ഉപേക്ഷിക്കാം അല്ലെങ്കിൽ പിടിച്ചു നിർത്താം, സ്വയം തീരുമാനിച്ചോളൂ. ഇതു വെറും അധരജൽപനങ്ങളല്ല. ഏറെ കാതങ്ങൾ താണ്ടിയ പാദങ്ങൾക്കു ചലനം നഷ്ടപ്പെടുന്നു. എന്റെ ഞരമ്പുകളിലൂടെ പ്രവഹിക്കുന്ന രക്തകണങ്ങൾ അലസരാവുന്നു. തലച്ചോറിനകത്ത് ആയിരം ഐസ് ഫാക്ടറികൾ പ്രവർത്തിച്ചു മരവിപ്പിക്കുന്നു. ഇനിയും കണ്ടുതീരാത്ത കാഴ്ചകൾ കാണാൻ മറ്റേതോ ജീവനു വേണ്ടി കൊതിക്കുന്ന കൃഷ്ണമണികൾ. പകുത്തുകിട്ടാൻ ആഗ്രഹിച്ചിട്ടും എന്റെ കരളിനായി കൈനീട്ടാൻ മടിക്കുന്നവർക്കു വേണ്ടി ഞാൻ ഒരുങ്ങിയിരിക്കുന്നു. എന്നിട്ടും നീ എന്തേ പറയുന്നു, എന്റെ തോന്നലാണെന്ന്! അല്ല, ഒരിക്കലുമല്ല, ഇത്രകാലം ഒരു സുഹൃത്തിനെപ്പോലെ കൂടെ നടന്നിട്ടും എന്നോടൊപ്പമുണ്ടെന്നു ഞാൻ തിരിച്ചറിയാതെപോയ മരണമെന്നെ പുണർന്നിരിക്കുന്നു.

സോറി മീരാ, ഞാനൊന്നു പുറത്തു പോയി വരുമ്പോഴേക്കും നീ മരിക്കുമെന്ന് ഞാനറിഞ്ഞില്ല. നീ പറഞ്ഞതെല്ലാം സത്യമായിരുന്നു, അല്ലേ, നിത്യതപോലെ സത്യം!!

*****

അത്തർ മണക്കാത്ത പെട്ടികൾ....

പുറമേക്ക് അത്തറിന്റെ മണമുണ്ട്, ചുണ്ടിൽ ചിരിയുണ്ട്, കാണുന്നവർക്ക് പ്രവാസി ഒരു മനോഹര കാഴ്ച തന്നെയാണ്. എന്നാൽ അകത്തോ? വേദനയുടെ കരച്ചിലുണ്ട് സ്വപ്നങ്ങളൊടുങ്ങുന്നതിന്റെ വീർപ്പുമുട്ടലുണ്ട്.

അഭയാർത്ഥികളെപ്പോലെ തന്നെയാണ് പ്രവാസികളും. സമ്പത്തിന്റെയും അത്തർ മണക്കുന്ന പെട്ടിയുടെയും കനം മാത്രമാണ് പുറത്തുള്ളവർ കാണുന്നത്. വേദനയും നൊമ്പരവും വിരഹദു:ഖവും ആരും കാണുന്നില്ല. ഫുട്ബോൾ കളിക്കാരനെപ്പോലെയാണ് പ്രവാസി. മൈതാനിയിൽ ഏറെ മത്സരിച്ചോടിയാലാണ് ഒരു ഗോൾ അടിക്കാനാവുന്നത്. പലർക്കും ഗോളടിക്കാനാകുന്നില്ല. ചിലരുടെ ഗോളടിക്ക് സഹായിക്കുമെന്ന് മാത്രം. ഉരുകുന്ന മരുഭൂമിയിൽ ഏറെ നാളത്തെ മത്സരത്തിന് ശേഷമാണ് ചുരുക്കം ചിലർ എന്തെങ്കിലുമായിത്തീരുന്നത്.

തോമസ് എന്ന ഇരുപത്തഞ്ചുകാരന്റെ കഥ പറയട്ടെ. ഒരു മലയോര കർഷക കുടുംബത്തിന്റെ ദാരിദ്ര്യവും പട്ടിണിയും മാറ്റാൻ കടൽ കടന്നെത്തിയതായിരുന്നു തോമസ്. ജിസാനിലെ ഒരു കമ്പനിയിൽ ഇലക്ട്രീഷ്യനായി ജോലിക്കു കയറിയ തോമസിന് ജീവിതത്തിൽ സ്വപ്നങ്ങൾ ഏറെയായിരുന്നു. സ്വപ്നസാക്ഷാത്കാരത്തിനായി അയാൾ അധ്വാനിച്ചു. പകലും രാവുമയാളറിഞ്ഞില്ല. കാലാവസ്ഥാവ്യതിയാനം മൂലം കൃഷി നശിച്ചു കടക്കെണിയിലായ കുടുംബത്തിന്റെ ഏക പ്രതീക്ഷ തോമസിലാണ്. ഖുബ്ബൂസും തൈരും മാത്രം കഴിച്ചു. കിട്ടുന്ന പണമെല്ലാം അയാൾ നാട്ടിലേക്കയച്ചു. നാട്ടിൽനിന്ന് വരുന്ന കത്തുകൾക്കായി അയാൾ കാത്തിരുന്നു. വീട്ടിലേക്കു വിളിക്കാൻ രാത്രി ബൂത്തുകളിൽ വരിനിന്നു. അപ്പോഴാണ് തോമസിന്റെ കമ്പനി ഷട്ട്ഡൗൺ ജോലിക്കായി അയാളെ അൽകോബാറിലേക്ക് പറഞ്ഞയക്കുന്നത്. 2005 ജൂൺ പതിനാറിന്. 10000 വാട്ട് വൈദ്യുതിപ്രവാഹമുള്ള വലിയ മെഷീൻ നന്നാക്കുകയാണ് ജോലി. പ്രധാന വൈദ്യുതി സ്രോതസ്സ് വിച്ഛേദിച്ചതിന് ശേഷമാണ് അറ്റകുറ്റപ്പണികൾ ചെയ്തു കൊണ്ടിരുന്നത്. എന്നാൽ ഇതൊ

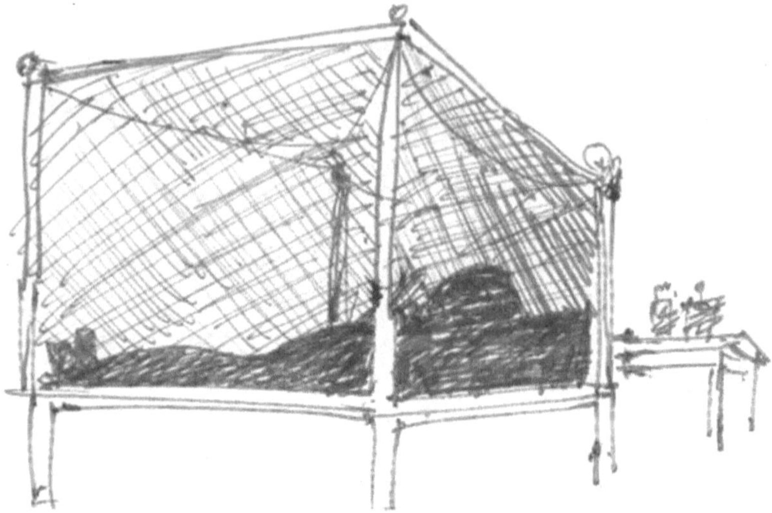

ന്നുമറിയാതെ ആ കമ്പനിയിലെ കാവൽക്കാരൻ വന്ന് പ്രധാന വൈദ്യുത സ്രോതസ്സ് പ്രവർത്തിപ്പിച്ചു.

വൈദ്യുതാഘാതമേറ്റ തോമസ് ദൂരേക്ക് എടുത്തെറിയപ്പെട്ടു. വൈദ്യുതാഘാതം മൂലമുള്ള പൊള്ളൽ അതിശക്തമായിരുന്നു. എന്നാൽ കമ്പനി എത്രയും പെട്ടെന്നയാളെ ഒരു സ്വകാര്യ ആശുപത്രിയിൽ എത്തിച്ചതുമൂലം ജീവൻ രക്ഷിക്കാനായി. തോമസ് ആ ആശുപത്രിയിലെ കിടപ്പുരോഗിയായിട്ട് ദിനരാത്രങ്ങൾ പൊഴിഞ്ഞുകൊണ്ടിരുന്നു. അയാളുടെ ശരീരത്തിൽ നിന്നും കരിഞ്ഞ മാംസത്തിന്റെ മണം മാറി പകരം പഴുപ്പിന്റെയും അടർന്നു വീഴാറായ മനുഷ്യമാംസത്തിന്റെയും ദുർഗന്ധം മുറിയാകെ പടർന്നിരുന്നു. വസ്ത്രം ധരിക്കാൻ സാധിക്കാത്ത വിധം തൊലി അടർന്നുപോയിരുന്നതുകൊണ്ട് കൊതുകുവലയിട്ട് ഒറ്റമുറിക്കകത്ത് സന്ദർശകർക്ക് പ്രവേശനം അനുവദിക്കാതെയാണ് അയാളെ കിടത്തിയിരുന്നത്. വേദന സംഹാരികൾക്കൊന്നും അയാളുടെ വേദന ശമിപ്പിക്കാനായില്ല. ജീവിതത്തിൽ ഒറ്റപ്പെട്ടു പോയതിന്റെ നൊമ്പരവും ഏകാന്തതയും ഭഷ അറിയാത്തതിന്റെ ബുദ്ധിമുട്ടും എല്ലാം കൂടി അയാളുടെ മനസ്സ് മരവിച്ചുപോയി. ഈ അവസ്ഥയിൽ യാത്രചെയ്യാനാവാത്തതുകൊണ്ട് നാട്ടിൽ പോവാനുള്ള അയാളുടെ ആഗ്രഹം ഒരു സ്വപ്നമായി മാറി. മുറിവുകളുടെ പഴുപ്പ് മൂലം അടിക്കടി പനി വന്നുകൊണ്ടിരുന്നു.

അയാളുടെ ലോകത്തേക്ക് കടന്നുവരുന്നവർ ഡോക്ടറും നഴ്സും മാത്രമായി മാറി. വലയിലകപ്പെട്ട മീൻപോലെ ആ മനസ്സ് പിടച്ചു. മലയാളിയായ എന്നെ കണ്ടത് അയാൾക്ക് മരുഭൂമിയിൽ പെയ്യുന്ന മഴപോലെ ആശ്വാസമായിരുന്നു. പിറ്റേന്ന് ഞാൻ എന്റെ ജീവിതപങ്കാളിയെയും തോമസിനടുത്തേക്ക് കൊണ്ടുപോയി. മനസ്സ് തുറന്ന് സംസാരിച്ചപ്പോൾ ത്തന്നെ അയാളിൽ ആശ്വാസത്തിന്റെ ചിരി വന്നു തുടങ്ങി. പിറ്റേന്ന് ആശുപത്രിയിലെ ഭക്ഷണത്തിൽനിന്നും മോചനം ലഭിക്കാനാണെന്ന് പറഞ്ഞു ഞങ്ങളയാൾക്ക് കഞ്ഞിയും ചമ്മന്തിയും കൊണ്ടുപോയി. പാത്രം തുറന്നപ്പോൾ തന്നെ അയാൾ പൊട്ടിക്കരഞ്ഞു.

ഒരു ചെറിയ പനിവന്നാൽപോലും എന്റെയരികിലിരുന്ന് എന്നെ കഞ്ഞികുടിപ്പിക്കുന്ന എന്റെ അമ്മയെ ഞാൻ വീണ്ടും കടലുകൾക്കപ്പുറത്ത് ആശുപത്രി മുറിക്കുള്ളിൽ കണ്ടു എന്ന് പറഞ്ഞു ഒരു കൊച്ചു കുഞ്ഞിനെപ്പോലെ പൊട്ടിക്കരഞ്ഞു. ഹൃദയം പൊട്ടുന്ന വേദന ആ വാക്കുകളിലുണ്ടായിരുന്നു. അയാളുടെ ആശുപത്രിക്കിടക്കയിൽ പിന്നെയും ഞങ്ങളുടെ കഞ്ഞിയും ചമ്മന്തിയും പതിവുകാരായി. ആശ്വാസത്തിന്റെ തെളിനീർ അയാളുടെ രോഗമുക്തിയുടെ വേഗം കൂട്ടിയിരിക്കണം.

ഏഴുമാസത്തെ ചികിത്സക്ക് ശേഷം, രോഗം ഏറെക്കുറെ ഭേദമായി നാട്ടിലേക്ക് മടങ്ങുമ്പോൾ തോമസിന്റെ മുഖത്ത് ഒരു ചിരിയുണ്ടായിരുന്നു. അത് നഷ്ടപ്പെട്ടവന്റെ ചിരിയായിരുന്നില്ല. നേടിയവന്റെയും ആയിരുന്നില്ല. ആരൊക്കെയോ കൂട്ടിനുണ്ടല്ലോ എന്ന ചിരിയായിരുന്നു.

*****

ചിറകറ്റ പക്ഷി

മനാൽ, ചെമ്പകത്തിന്റെ നൈർമല്യവും പനിനീരിന്റെ സൗരഭ്യവും ഒന്നു ചേർന്ന ഇരുപത്തിമൂന്നുകാരി. സ്വദേശിയായ മനാൽ അവളുടെ പതിനഞ്ചാം വയസ്സുമുതൽ എന്റെയടുക്കൽ വരുന്നതാണ്. പത്താം തരം പരീക്ഷയുടെ ദിവസമാണ് അവളാദ്യമായി വരുന്നത്. ഇടക്കിടെ താഴെ വീഴുന്നു, കാലിന് ബലക്കുറവ് തോന്നുന്നു എന്നുമാത്രമായിരുന്നു അവളുടെ വിഷമം. വിദഗ്ധപരിശോധനയിൽ മയോപ്പതി എന്ന അസുഖമാണ് അവളെ ബാധിച്ചിരിക്കുന്നത് എന്ന് മനസ്സിലായി. ഇത്ര ചെറുപ്രായത്തിൽ അവൾക്കിതെങ്ങനെ വന്നുവെന്നോർത്ത് ഞാനും ഏറെ ദു:ഖിച്ചു.

1995 ഫെബ്രുവരിയിലെ ഒരു ചൊവ്വാഴ്ച്ച. ഞാൻ മനാലിനെ സന്ദർശിക്കുമ്പോൾ അവൾ വിഷാദ രോഗത്തിന്റെ പടികയറുകയായിരുന്നു. ജീവിതത്തിന്റെ ശ്രുതിയും താളവും പതിയെ പതിയെ നിശ്ശബ്ദമായികൊണ്ടിരുന്നു. സ്ക്കൂളിൽ പോകാനും ജീവിതത്തിന്റെ ഓരോ ദിനങ്ങളും വർണ്ണശബളമാക്കാനും ഞാൻ മനാലിനെ പ്രേരിപ്പിച്ചുകൊണ്ടിരുന്നു. ഒരു വർഷം കൂടി അതിവേഗം പറന്നുപോയി. അപ്പോഴേക്കും അവൾ രണ്ടുകാലുകളും തളർന്ന് ചിറകറ്റ പക്ഷിയെപ്പോലെ കിടക്കയെ ശരണം പ്രാപിച്ചു. വീൽചെയറിൽ പുറത്തുപോകാൻ ഞാനവളെ നിർബന്ധിച്ചു. രോഗം നമ്മെ കീഴടക്കാനനുവദിക്കരുത്. പകരം നമ്മൾ രോഗത്തെ കീഴടക്കണം എന്ന് ഞാൻ നിരന്തരം അവളോട് പറഞ്ഞുകൊണ്ടിരുന്നു. പ്രകൃതിയുടെ ശീതളച്ഛായകൾക്കുവേണ്ടിയവൾ ആ വലിയ വീടിന്റെ ജാലകവാതിലിലൂടെ കണ്ണയച്ചു. കടലോളം നീണ്ടുകിടക്കുന്ന തന്റെ തരള സ്വപ്നങ്ങൾക്ക് ചങ്ങലയിടുന്ന ശരീരപേശികളെ നിരന്തര വ്യായാമത്തിലൂടെ ശാസിക്കാനാഗ്രഹിച്ചെങ്കിലും കേവലം മനസ്സിന്റെ അഭിലാഷമായത് മാറിക്കൊണ്ടിരുന്നു. കൗമാരദശയുടെ ആഗമനം അവളെ സ്ഫടികത്തിൽ വീണ ജലകണം പോൽ കൂടുതൽ സുന്ദരിയാക്കി. നീണ്ടു മെലിഞ്ഞ വിരലുകൾകൊണ്ടവൾ നിരന്തരം ആധുനിക ലോകത്തോട് അടുപ്പത്തിലായി. ലാപ്ടോപ്പും ടാബുമെല്ലാം അവളെ ഏ

കാന്തതയുടെ കൂട്ടിൽ നിന്ന് പുറത്തേക്ക് കൈപിടിച്ചു. കൂട്ടുകാരുമായി സമയം ചിലവഴിക്കാനും സുഹൃദ് ബന്ധം ദൃഢപ്പെടുത്താനും അവൾക്ക് സഹായകരമായി. കൂട്ടുകാരികൾ പ്രണയത്തെകുറിച്ച് സംസാരിക്കുമ്പോൾ അവൾക്ക് ബോധ്യപ്പെട്ടു തുടങ്ങി, പ്രണയത്തിന്റെ ആസക്തികൾ നശിച്ചു ശമാവസ്ഥ പൂക്കുന്ന ഒരാളായി താൻ കൗമാരത്തിലേ മാറിക്കഴിഞ്ഞെന്ന്. എങ്കിലും അവളിലെ സന്തോഷത്തെ കവർന്നെടുക്കാൻ മറ്റാർക്കുമാവില്ലായിരുന്നു. എപ്പോഴും പ്രസന്നവദനയായി മാത്രം ഞാനവളെ കണ്ടു. അവളെനിക്കും ഒരു പ്രചോദനമായിരുന്നു.

പതിയെപ്പതിയെ കൈകളുടെ ചലനശേഷിയും അവളോട് പിണക്കം കാട്ടിത്തുടങ്ങി. പൂർണ്ണമായും ഒരാളുടെ സഹായമില്ലാതെ ഒന്നും ചെയ്യാനാവില്ലെന്ന അവസ്ഥയിലെത്തി. മഴയുള്ള ഒരു രാത്രിയിൽ അവൾക്കുറങ്ങാനായില്ല. മനസ്സിന്റെ ഭാരം മൂലം മനാൽ ഞെരങ്ങികൊണ്ടിരുന്നു. സുഖനിദ്രക്ക് ഭംഗം വരാതിരിക്കാൻ ക്രിസ്റ്റി എന്ന ഫിലിപ്പിനോ സഹായി മറ്റൊരു മുറിയിൽ പോയി കിടന്നുറങ്ങി.

മഴയുടെ താളത്തിനനുസരിച്ച് മനാലിന്റെ ഹൃദയതാളവും കൂടിക്കൊണ്ടേയിരുന്നു. എന്തിനെന്നറിയാതെ മനസ്സ് ഭാരപ്പെട്ടു. ആ നിദ്രാവിഹീനമായ രാവിലെ ഇടിയിലും മഴയിലും അവളൊരാളെ കണ്ടു. ജനൽ വഴി തന്റെ മുറിയിലെത്തിയ ആജാനബാഹുവായ ഒരാളെ. ഭയംകൊണ്ടവളുടെ തൊണ്ട വരണ്ടു. ശബ്ദം തൊണ്ടയിൽ കുരുങ്ങിനിന്നു. അയാളവളെ ആർത്തിയോടെ നോക്കി. ശബ്ദിക്കാതിരിക്കാൻ വായ്നിറയെ ടി

ഷ്യൂ കുത്തിക്കയറ്റി. തന്റെ മരണം മുന്നിൽ കണ്ട് ശബ്ദിക്കാനാവാതെ അവൾ കണ്ണടച്ച് അല്ലാഹുവിനോട് പ്രാർത്ഥിച്ചുകൊണ്ടിരുന്നു. അയാൾ ആർത്തിയോടെ അവളെ ചുംബിച്ചു. പിന്നീട് ശരീരത്തിലെ പുതപ്പ് വലിച്ചുമാറ്റി. അയാൾ കത്തി വലിച്ചൂരി. പാതിതുറന്ന കണ്ണോടെ അവൾ അയാളെ നോക്കി. തിളങ്ങുന്ന കത്തി കണ്ട് അവൾ വീണ്ടും കണ്ണുകളടച്ചു. ദുഷ്ടനായ അയാൾ അവളുടെ കൈ അയാളുടെ കൈകളിലെടുത്തു. അയാൾ ഞെട്ടിപ്പോയി. വാടിയ വാഴത്തണ്ടുപോലെ ചലനമറ്റ, പ്രതികരിക്കാനാവാത്ത ആ ശരീരം കണ്ട് മനസ്സ് മാറിയിട്ടോ അതോ മനാലിന്റെ പ്രാർത്ഥന അല്ലാഹു കേട്ടതുകൊണ്ടോ എന്നറിയില്ല, അയാൾ അവളുടെ വായിലെ ടിഷ്യു വലിച്ചു കളഞ്ഞ് നെഞ്ചിൽ കൈവച്ച് പറഞ്ഞു 'മാപ്പ്, മാപ്പ്' എന്നിട്ടയാൾ അവിടം വിട്ട് പോയി. ഈ ആഘാതം താങ്ങാനാവാതെയാണ് മനാൽ ഭയത്തിനും വിഷാദത്തിനും അടിമപ്പെട്ടുകൊണ്ടിരുന്നത്.

എനിക്ക് മനാലിനോട് പറയാനുണ്ടായിരുന്നത് ഏറെയായിരുന്നു. ഒരു കള്ളനെ മാനസാന്തരത്തിലെത്തിക്കാൻ ഈ ശരീരത്തിനായപ്പോൾ അനേകം പെൺകുട്ടികളെ ആ ദുഷ്ടനിൽ നിന്ന് രക്ഷിക്കാൻ ദൈവം മനാലിനെ ഒരുക്കുകയായിരുന്നുവെന്നായിരുന്നു അതിൽ പ്രധാനം. അനേകം കുടുംബങ്ങളെ നാശത്തിൽനിന്നും രക്ഷിക്കാൻ മനാലെന്ന ചിറകറ്റ പക്ഷിക്കായി. അറിയാത്ത ആയിരങ്ങളുടെ പ്രാർത്ഥന മനാലിന് മേൽ ഇപ്പോഴും പതിക്കുന്നുണ്ടാകണം. മനാലെന്നത് ഇപ്പോഴൊരു ചിറകറ്റ പക്ഷിയല്ല. ആകാശം അതിരുകളാക്കിയ ഉയർന്നു പറക്കുന്ന കിളിയാണ്.....

*****

കൂപ്പിയ കൈകളിൽ ആ വിരൽ അപ്പോഴുമുണ്ടായിരുന്നു

സൗദി അറേബ്യയുടെ കിഴക്കൻ പ്രവിശ്യയിലുള്ള അസീസിയയിൽ കമ്പനികൾ മാത്രം സ്ഥാനം പിടിച്ച വഴിയോരത്തു ഒരു ചായക്കു വേണ്ടി വണ്ടി നിർത്തിയപ്പോൾ ഒരാൾ ഞാനിരിക്കുന്ന സീറ്റിനടുത്തേക്ക് ഓടി വന്നു. പെട്ടെന്ന് എനിക്കയാളെ മനസ്സിലായില്ല. എങ്കിലും വണ്ടിയുടെ ചില്ല് താഴ്ത്തി ഞാനൊന്നു പുഞ്ചിരിച്ചു. അയാൾ സന്തോഷംകൊണ്ട് സംസാരിക്കാൻ വാക്കുകൾ പരതിക്കൊണ്ടിരുന്നപ്പോഴും കൈകൾ കൂപ്പി, വിക്കി വിക്കി 'വണക്കം അമ്മാ ....' യെന്നു പറഞ്ഞു. ശബ്ദം കൊണ്ട് ഞാനയാളെ തിരിച്ചറിഞ്ഞു. 'ഓ...മൂർത്തി സൗഖ്യമാ തമ്പി'യെന്ന ചോദ്യത്തിന് കണ്ണുനീർകൊണ്ടാണ് അയാൾ മറുപടി പറഞ്ഞത്.

അഞ്ചുവർഷം പിറകിലെ ഒരു സന്ധ്യാ സമയത്തേക്ക് ഞാനെന്റെ ഓർമച്ചെപ്പ് തുറന്നു നോക്കിയപ്പോൾ ഒരു ശസ്ത്രക്രിയക്ക് വേണ്ടി ആശുപത്രിയിൽ കെട്ടിവക്കാൻ 5000 റിയാൽ സഹായിക്കണമെന്ന ആവശ്യവുമായി ഭർത്താവിനെ ഫോൺ ചെയ്ത ഒരു പരിചയക്കാരൻ മൂർത്തി. ഇന്ന് വരണ്ടുണങ്ങിയ മരുഭൂമിയിൽ പെയ്ത മഴയ്ക്ക് കിളിർത്തു വന്ന പുൽനാമ്പുകൾ പോലെ തിളക്കമുള്ള കണ്ണുകളോടെയും മിനുസമുള്ള ശരീരത്തോടെയും കാണപ്പെട്ടു. അന്നയാളുടെ ശരീരത്തിന്റെ സ്വേദനത്തിനുപോലും ഉരുകുന്ന അസ്ഥിയുടെ ഗന്ധമായിരുന്നു. ജീവിതം കൈവിട്ടുപോയവന്റെ നിരാശ നിഴലിക്കുന്ന മുഖമായിരുന്നു. ചെന്തമിഴ് ചുവയോടെ മൂർത്തിയുടെ ബന്ധു മോഹൻ അവരുടെ ദുഃഖങ്ങൾ പങ്കുവെക്കുമ്പോൾ മൂർത്തിയുടെ മൗനത്തിനു ആയിരം കഥകളുടെ ആഴമുണ്ടായിരുന്നു. മുന്നിലിരിക്കുന്ന ചായയേക്കാൾ പൊള്ളുന്ന അയാളുടെ മനസ്സു തണുപ്പിക്കാനായി ഞാൻ പറഞ്ഞു. 'നിന്റെ വിരൽ മുറിച്ചുകളയാൻ അവർ ചോദിക്കുന്ന വില അയ്യായിരം റിയാലല്ലേ. അത് നിന്റെ കൈയിലില്ലാതിരുന്നത് നന്നായി . ചില സന്ദർഭങ്ങളിൽ ഇല്ലായ്മയും ഒരനുഗ്രഹമാണ്'. നാഗപട്ടണത്തിലെ ഒരു ഗ്രാമത്തിൽ കൊടിയ ദാരി

ദ്ര്യത്തിൽ ജീവിക്കുന്ന ഒരു കുടുംബത്തിന്റെ അത്താണിയായ മനുഷ്യ നോട് അങ്ങനെ പറയുമ്പോൾ എനിക്ക് നല്ല ആത്മവിശ്വാസമുണ്ടായിരുന്നു. മരം അരിയുന്ന യന്ത്രത്തിന്റെ മൂർച്ച മുഴുവൻ അയാളുടെ വിരലിലൂടെ കയറിയിറങ്ങിയപ്പോൾ മാംസം രണ്ടായി പിളർന്നിരുന്നു. ഒരു സ്വകാര്യ ആശുപത്രിയിൽ പോയി ചികിത്സ തേടിയെങ്കിലും മുറിവ് പുഴുത്തു കൈപ്പത്തി മുഴുവൻ കറുത്ത് നീലച്ച് നീരുവന്നു വീർത്തിരുന്നു. ആ കയ്യുമായി അയാൾ വീണ്ടും ആശുപത്രിയിലെത്തി. കയ്യിലെ കെട്ട് അഴിച്ച് നോക്കി ആശുപത്രി ജീവനക്കാർ പറഞ്ഞു. പഴുപ്പ് മേലോട്ട് കയറി. അതുകൊണ്ട് ഉടൻ വിരൽ മുറിച്ചു കളയണം. അല്ലെങ്കിൽ കൈപ്പത്തി മുഴുവൻ മുറിക്കേണ്ടി വരും. ഇപ്പോഴാണെങ്കിൽ അപകടം പറ്റിയ വിരൽ മാത്രം മുറിച്ചാൽ മതി. അതിനു അയ്യായിരം റിയാൽ ആദ്യം കൗണ്ടറിൽ കെട്ടിവക്കണം. ബാക്കി ശസ്ത്രക്രിയക്ക് ശേഷം അടച്ചാൽ മതി.

മൂർത്തിയുടെ ഹൃദയത്തിൽ, ശസ്ത്രക്രിയ നടത്തുന്നതിനേക്കാൾ വലിയ കത്തി കയറിയ വേദനയാണപ്പോൾ തോന്നിയത്. കാരണം 2010 ൽ അയ്യായിരം റിയാൽ വലിയൊരു തുകയായിരുന്നു. അത് മാത്രമല്ല, അയാളുടെ കയ്യിലുള്ളത് അൻപത് റിയാലാണ്. അതുംകൊണ്ടാണ് അയാൾ ആശുപത്രിയിൽ വന്നിരിക്കുന്നത്. കയ്യിൽ പണമില്ലായെന്നു പറ

ഞ്ഞതോടെ മുറിവ് മരുന്നുവെച്ച് കെട്ടിക്കൊടുക്കാൻ പോലും ആശുപത്രി അധികൃതർ സമ്മതിച്ചില്ല. എന്നാൽ ഇന്ത്യക്കാരിയായ ഒരു നഴ്സ് അവരറിയാതെ ആ മുറിവ് കെട്ടിക്കൊടുത്തു വിടുകയായിരുന്നു. എല്ലാ സ്വപ്നങ്ങളുമെരിഞ്ഞടങ്ങുമ്പോഴും സഹനോത്സുകമായ ഒരു മനസ്സ് സ്വയം രൂപപ്പെടുത്തിയെടുത്ത യുദ്ധഭൂമിയിലെ പട്ടാളക്കാരനെപ്പോലെയായിരുന്നു അയാൾ.

ഞാനാ മൂടിവെച്ച മുറിവൊന്നു കെട്ടഴിച്ചു നോക്കി. പഴുപ്പുകയറി വിരലിനുപകരം വീർത്തുവന്നൊരു മാംസകഷണം പോലെയായിരുന്നു കൈപ്പത്തി മുഴുവൻ. കണ്ടപ്പോഴേ മനസ്സ് വല്ലാതെ വേദനിച്ചു. എങ്കിലും എല്ലാം മറച്ചു പിടിച്ചുകൊണ്ട് മുറിവ് വൃത്തിയാക്കാനാരംഭിച്ചു. ഒരു ബക്കറ്റിലേക്ക് പഴുപ്പും മരിച്ചു കഴിഞ്ഞ ത്വക്കും എല്ലാം തോണ്ടിയെടുക്കുമ്പോഴുള്ള അയാളുടെ നിലവിളി കേട്ടിട്ടാണ് അകത്തു നിന്ന് അമ്മ വന്ന് നോക്കിയത്. ഒന്നേ നോക്കിയുള്ളൂ ആ കാഴ്ച കാണാനുള്ള ശക്തി അമ്മക്കില്ലായിരുന്നു. അടർന്നു വീഴുന്ന മാംസശകലങ്ങൾ കണ്ടുനിൽക്കാനാവാതെ ഭർത്താവും എഴുന്നേറ്റു പോയി. കാഴ്ചയും ഗന്ധവും ദുസ്സഹമായിരുന്നെങ്കിലും എന്റെ മുന്നിലിരിക്കുന്ന മനുഷ്യന്റെ പിടക്കുന്ന മനസ്സ് മാത്രമായിരുന്നു ഞാനപ്പോൾ കണ്ടിരുന്നത്. പിന്നീട് നീണ്ട ഇരുപത് ദിവസങ്ങൾ വൈകീട്ട് രണ്ടുമണിക്കൂർ അയാളുടെ കൈയുടെ രക്ഷാധികാരി ഞാനായി. ലഭിക്കാവുന്ന ഏറ്റവും നല്ല മരുന്നുകളെല്ലാം ഉപയോഗിച്ചു. കൈയിലെ നീരുവറ്റി വിരലുകളെല്ലാം തിരിച്ചറിയാൻ തുടങ്ങി. അസ്ഥിക്കുമേൽ പുതുമാംസം വന്നുമൂടാനാരംഭിച്ചു. മൂർത്തിയുടെ മുഖത്തെ കാർമേഘം മാഞ്ഞു. പ്രത്യാശയുടെ നേർത്ത വെളിച്ചം വീശാനാരംഭിച്ചു. കാളക്കൂറ്റനെപ്പോലെ അലറിവന്ന വിഷാദത്തിനു പിന്നിലെ ഉത്കണ്ഠ പ്രതീക്ഷക്ക് വഴിമാറികൊടുത്തു. മുറിവ് നല്ലപോലെ ഉണങ്ങാനാരംഭിച്ചു. എങ്കിലും ഇനിയും മരം പിടിക്കാനും ഭാരങ്ങൾ പൊക്കാനും മാസങ്ങൾ വേണ്ടിവരും. ഓരോ ദിവസവും മുറിയിലിരിക്കുമ്പോൾ അയാൾ വീടിനെക്കുറിച്ചോർത്ത് തേങ്ങി. അതിനുള്ള ഏക പ്രതിവിധിയായിരുന്നു അയാളെ അവധിക്ക് നാട്ടിൽ വിടുക എന്നത്. അതിനായി എല്ലാ മരുന്നുകളുമായി അയാളെ നാട്ടിലേക്ക് പറഞ്ഞയച്ചു. അവധിക്ക് പോകുമ്പോൾ വിരൽഛേദം വന്ന ഒരാളായിരുന്നില്ല മൂർത്തി. പകരം, പ്രതീക്ഷ മുളച്ച് തണൽ നിഴലിൽ പ്രസാദിക്കുന്ന മുഖം അയാൾക്ക് സ്വന്തമായിരുന്നു. തിരിച്ചെത്തിയ ആ മുഖത്തിൽ നിന്നാണ് ഞാൻ വർഷങ്ങൾക്ക് ശേഷം അമ്മാ വണക്കമെന്ന വിളി കേൾക്കുന്നത്. മൂർത്തിയുടെ കൂപ്പിയ കൈകളിൽ ആ വിരലുകൾ അപ്പോഴുമുണ്ടായിരുന്നു.

*****

ദിയോ

ദ്വീപുകളുടെ നാടായ ഫിലിപ്പീൻസിൽ ചേറിലും ചളിയിലും കല്ലിലും മുള്ളിലും നഗ്നപാദനായി നടന്നും കടലോരങ്ങളിൽ ചിപ്പി പെറുക്കിയും മീൻവിറ്റും ദിയോ ജീവിച്ചു. ജീവിതത്തിന്റെ പരുപരുത്ത പ്രതലങ്ങളിൽ ഉറച്ച കാൽവെപ്പോടെ നടന്നു നീങ്ങി. പഠിച്ചു മുന്നേറി. പട്ടിണിയെ സ്വന്തം അദ്ധ്വാനം കൊണ്ട് ചവിട്ടി മെതിച്ചു കടന്നുപോകുമ്പോഴാണ് ഫ്ളോറൻസ് നൈറ്റിംഗെയിലിനെ കുറിച്ച് വായിച്ചറിഞ്ഞത്. ആധുനിക നഴ്സിംഗിന്റെ സ്ഥാപകയും ബ്രിട്ടനിലെ സാമൂഹ്യപരിഷ്കർത്താവുമൊക്കെയായ ഫ്ളോറൻസിലൂടെ ദിയോ രോഗീപരിചരണത്തിൽ ആകൃഷ്ടനായി നഴ്സിംഗ് പഠനത്തിലേക്ക് തിരിഞ്ഞു. ഇതിനിടെ ആരെയും വശീകരിക്കുന്ന പ്രണയ മന്ത്രമുരുവിട്ട് മെർളിൻ എന്ന യുവതി ദിയോയെ കണ്ടുമുട്ടി. മെർളിൻ പറഞ്ഞു;

'സ്നേഹശൂന്യമായ ലോകത്തിലെ കോടിക്കണക്കിനു വരുന്ന സമ്പത്തിനേക്കാളും വിലപ്പെട്ടതാണ് ദാരിദ്ര്യവും കഷ്ടപ്പാടും വലയം ചെയ്യുന്ന പ്രണയം. എന്റെ പ്രണയക്കൊട്ടാരത്തിലെ ചക്രവർത്തിയാണ് നീ.'

അവർക്കിടയിൽ പ്രണയം പൂത്തു. പ്രഭാതത്തിന്റെ ഊഷ്മളതയും രാത്രിയുടെ ഏകാന്തതയും അവർക്കിഷ്ടമായി. മുമ്പെങ്ങുമില്ലാത്ത നിറവും നിലാവും വന്നുചേരാൻ തുടങ്ങിയപ്പോഴാണ് മെർളിന് സൗദിയുടെ ചുട്ടു പൊള്ളുന്ന മണലാരണ്യത്തിലെ പണം കായ്ക്കുന്ന ഈന്തപ്പന ത്തോട്ടങ്ങൾക്കുള്ളിലെ ആശുപത്രിയിലേക്കുള്ള വിളി വരുന്നത്. അവളുടെ ഹൃദയതൂവലുകൾ അവനുചുറ്റും ചിറകടിക്കുമ്പോഴും വിമാനത്തിന്റെ ചിറകിലേറി അവൾ യാത്രയായി. സ്വപ്നഭൂമിയിലേക്കുള്ള യാത്രയിലെല്ലാം അവളുടെയുള്ളിൽ അവനായിരുന്നു.

സൗദിയിലെത്തിയിട്ടും തന്റെ പ്രാണപ്രിയനോടുള്ള പ്രണയം ജ്വലിച്ചുകൊണ്ടേയിരുന്നു. അവനു വേണ്ടിയും ഒരു ജോലി അവൾ ആ ആശുപത്രിയിൽത്തന്നെ കണ്ടെത്തി. ആ ജോലി അവന് ജീവിതത്തിന്റെ ശരത്കാലത്തിലേക്കുള്ള വഴിത്തിരിവായിരുന്നു. അങ്ങനെ അവർ മരു

ഭൂമിയിൽ ജീവിതത്തിന്റെ വസന്തം തീർത്തു. ആദ്യ അവധിക്കാലത്തു തന്നെ വിവാഹമെന്ന സ്വപ്നത്തിലേക്ക് കടന്നു. ഇതിനിടയിൽ അവ ളൊരു ആൺകുഞ്ഞിന് ജന്മവും നൽകി.

ജീവിതം സുന്ദരവും സുരഭിലവുമായി മുന്നോട്ടു പോകവേ, വയറു വേദന ചില ചുവപ്പ് സിഗ്നലുകൾ കാണിച്ചുകൊണ്ടിരുന്നു. മെർളിന്റെ ആഗ്രഹങ്ങളും പ്രതീക്ഷകളും അസാധ്യമാക്കുന്ന അതിവിദൂരതയിലേ ക്ക് കാലചക്രം അവരെയും കൊണ്ട് തേരോട്ടം നടത്തുകയാണ്. വയറു വേദന മൂലം ദിയോ കുഞ്ഞിനെ എടുക്കാതായി. അടുത്ത് കിടത്താതാ യി. മെർളിനുമായുള്ള ബന്ധത്തിൽപോലും വിള്ളൽ വീഴാനാരംഭിച്ചു. എന്നാൽ തന്റെ വ്യക്തിപരവും സ്വകാര്യവുമായ സങ്കീർണാനുഭവങ്ങൾ അവൾ അവനുമായി പങ്കുവെച്ചില്ല. എങ്കിലും ഞങ്ങളുമായുള്ള ശക്ത മായ സുഹൃദ്ബന്ധത്തിൽ എല്ലാ പ്രശ്നങ്ങളും കെട്ടഴിച്ചുവിട്ട് സ്വതന്ത്ര യാവാൻ അവൾ മനസ്സു കാണിച്ചിരുന്നു.

ഞങ്ങളുടെ നിർബന്ധത്തിന് ഒടുവിൽ ദിയോക്ക് വഴങ്ങേണ്ടി വന്നു. ആന്തരികാവയവങ്ങളുടെ പരിശോധനയുടെ ഫലം ഒരഗ്നി പർവതം പോ ലെ തോന്നിച്ചു. വയറിൽ കാൻസറിന്റെ കോശങ്ങൾ ഭീകരനൃത്തം തുട ങ്ങിയിരുന്നു. കാൻസറിന്റെ ഇരുൾ ഗുഹകൾ അവന്റെ വയർ മുഴുവനും

മൃതിയുടെ ചുവന്നപൂക്കളാൽ നിറച്ചിരുന്നു.

ചികിത്സ ലഭിക്കാൻ അവന് അർഹതയുണ്ടായിരുന്നില്ല. നല്ലവരായ ഡോക്ടർമാർ സർജറിയിലൂടെ വയർ മുഴുവൻ മൂടിയിരുന്ന ഭീമാകാരനായ മഹോദരത്തെ നിഷ്കാസനം ചെയ്യാൻ ശ്രമിച്ചെങ്കിലും ആ ഉദ്യമം പരിമിതികൾ മൂലം പരാജയത്തിലായി. പക്ഷേ മെർളിൻ തളർന്നില്ല. കിട്ടാവുന്ന വാതിലുകളിലെല്ലാം അവൾ മുട്ടി. രാജാവിന് വരെ മെർളിൻ കത്തയച്ചു. വിദേശപൗരൻമാർക്ക് കാൻസർ ചികിത്സക്ക് സ്വകാര്യ സ്ഥാപനത്തിൽ സൗകര്യമില്ലെന്നും സർക്കാർ ആശുപത്രിയിലേക്ക് എത്തിപ്പെടാനാകാത്ത വിധം നിയമക്കുരുക്കുകളുണ്ടെന്നും ചൂണ്ടിക്കാട്ടി രാജാവിനയച്ച കത്തിന് ഉടനെ മറുപടി ലഭിച്ചു. ദിയോയുടെ മുഴുവൻ ചികിത്സയും സൗജന്യമാക്കി രാജാവിന്റെ ഉത്തരവ് വന്നു. അധികം കഴിഞ്ഞില്ല. ദിയോ ഒരു നീർക്കുതിരയെപ്പോലെ പൂർണ്ണ ആരോഗ്യവാനായി. അവരുടെ ജീവിതത്തിൽ വസന്തം പൂത്തുലഞ്ഞു. പ്രഭാതത്തിന് വീണ്ടും പഴയ പ്രസരിപ്പുണ്ടായി. രാത്രിയിലെ ഏകാന്തതയിൽ ദിയോയും മെർളിനെ കൂടുതൽ ചേർത്തു പിടിച്ചു. ഒരു പെണ്ണിന്റെ ആത്മവിശ്വാസവും കഠിനാദ്ധ്വാനവും കെടാത്ത പ്രണയവും കൊണ്ട് ദിയോ തിളങ്ങിക്കൊണ്ടിരിക്കുന്നു.

*****

മാനസി

രണ്ടായിരത്തിമൂന്ന്, ജൂൺ മാസത്തിൽ സിജുവിനെ കാണുമ്പോൾ പതിവിനു വിപരീതമായി സ്വന്തം മുഖം മൂടിക്കൊണ്ടയാൾ എന്തൊക്കെയോ എന്നിൽ നിന്നും മറയ്ക്കാൻ വെമ്പൽ കൊള്ളുന്നുണ്ടായിരുന്നു. എന്തോ ഉരുൾപൊട്ടൽ ആ മനസ്സിൽ നടക്കുന്നുണ്ടായിരുന്നു. മനസ്സിന്റെ ഗ്രഹണശക്തിക്കപ്പുറമുള്ള ഏതോ ഒരു ജ്ഞാനശക്തി ലഭിച്ചപോലെ. ആത്മീയതയുടെ മഹാസംഭരണിയിൽനിന്നും ഉടലെടുത്ത വിശ്വാസവും ലൗകിക ജീവിതത്തിന്റെ സാർവ്വ ലൗകികമോ ശക്തമോ ആകാൻ കഴിയാത്ത ദുരുപയോഗങ്ങളുടെ ഓർമ്മകളും മനസ്സിന്റെ അന്തർധാരകളെ ഉഴുതുമറിച്ചുകൊണ്ടിരുന്നു. അതുകൊണ്ടുതന്നെ അയാൾ കലങ്ങിയ വെള്ളത്തിൽ ശ്വാസം മുട്ടി പിടയുന്ന പരൽ മീനിനെപ്പോലെ കാണപ്പെട്ടു. സ്വന്തം ഭ്രാന്തിൽ സ്വാതന്ത്ര്യവും സുരക്ഷിതത്വവും കണ്ടെത്താൻ ശ്രമിച്ചുകൊണ്ടിരുന്നു. ഏകാന്തതയുടെ സ്വതന്ത്ര്യവും ആരാലും മനസ്സിലാക്കപ്പെടാത്തതിന്റെ സുരക്ഷിതത്വവും അതിനുമേൽ അടയിരുന്നു. ഭ്രാന്തിന്റെ കുഞ്ഞുങ്ങളെ വിരിയിക്കാനാരംഭിച്ചിട്ട് അധികമായില്ല. വേദനയുടെയും ദുരനുഭവങ്ങളുടെയും ഓർമ്മകൾ ഒരു കൊടുങ്കാറ്റ് പോലെ അയാളുടെ ഉള്ളിൽ വന്നുപോയ്ക്കൊണ്ടിരുന്നു. ആ കൊടുങ്കാറ്റിൽ കുടുംബത്തിലുള്ളവരുടെ ജീവിതം ആടിയുലഞ്ഞു. സഹോദരിമാർ പിടിച്ചുനിൽക്കാനാവാതെ തളർന്നു വീണു. സിജുവിനെ സൗദിയിലേക്ക് കൊണ്ടുവന്ന സഹോദരൻ ബിജു വിദൂരസ്ഥമായ കുന്നുകളെ മറക്കുന്ന മൂടൽമഞ്ഞുപോലെ ജീവിത പ്രതിസന്ധികളിൽ താങ്ങായി നിന്നു. 27 വയസ്സുള്ള സുന്ദരനും അരോഗദൃഢഗാത്രനുമായ സിജുവിനെന്തു പറ്റി എന്ന ചോദ്യം പലരിലും സംശയത്തിന്റെ നിഴൽ വീഴ്ത്തിയിരുന്നു.

കുറുക്കനെ പേടിച്ചു പതുങ്ങിയിരിക്കുന്ന കോഴിയെപ്പോലെ അയാൾ കട്ടിലിനടിയിൽ ചുരുണ്ടിരുന്നു. ഭയത്തിന്റെ ചിലന്തികൾ അയാൾക്കു ചുറ്റും വലനെയ്തു. ഇരപിടിക്കാൻ നാക്കുനീട്ടി കാവലിരുന്നു. എങ്കിലും എന്നെ വിശ്വാസമായിരുന്നു. അമിതമായ ബഹുമാനത്തിന്റെ മുഖപടമണിയാൻ സിജു ശ്രമിക്കുന്നത് യാന്ത്രികമായി തോന്നി. എങ്കിലും ആ

രാത്രി വെളുക്കും വരെ ഞാനയാളുമായി സംസാരിച്ചു. ഒരു മാനസിക രോഗ വിദഗ്ദന്റെ സാമീപ്യം അത്യാവശ്യമായതുകൊണ്ട് അയാളെ ചിത്ത രോഗികളുടെ വാർഡിലാക്കി. വളരെ അടുത്ത സുഹൃത്തുക്കൾക്ക് മാത്രം അറിയാവുന്ന ഒന്നായിരുന്നു സിജുവിന്റെ രോഗ വിവരം. പലരും പ്രാർത്ഥന ആരംഭിച്ചു. ചിലരെല്ലാം രോഗീസന്ദർശനത്തിനു താൽപര്യം പ്രകടിപ്പിച്ചു. അയാളെ ഒരു കാഴ്ചവസ്തുവാക്കാൻ താൽപര്യമില്ലാത്തതുകൊണ്ടും രോഗിയുടെ സ്വകാര്യത മാനിച്ചുകൊണ്ടും സന്ദർശകരെ അനുവദിക്കാതിരുന്നത്, ഞാൻ ശത്രുക്കളെ വളമിട്ട് വളർത്തുന്നതുപോലെയായി. സിജുവിന്റെ നിലയിൽ ഒട്ടും പുരോഗതി ഉണ്ടായില്ല. ഇരുട്ടു പിടിച്ച നീണ്ട രാവുകളിൽ അയാൾ കണ്ണുതുറന്നു. ചെവികൂർപ്പിച്ച് ചെറിയ അനക്കത്തിനായി, ജീവനുള്ള കാലടി ശബ്ദങ്ങൾക്കായി കാവലിരുന്നു. ഭയം മൂലം വലിഞ്ഞു മുറുകിയ ഞരമ്പുകളെ തളർത്തിയ മരുന്നുകൾക്കയാളെ ഉറക്കാനായില്ല. ഷോക്ക് ട്രീറ്റ്മെന്റ് അയാൾക്ക് പരിചിതമെന്നപോലെ തോന്നിപ്പിച്ചു. ചില അദൃശ്യശക്തികൾ കൂടെ കിടക്കാൻ വരുന്നതായും പീഡിപ്പിക്കുന്നതായും അവൻ കണ്ടു. ഓരോ പ്രഭാതങ്ങളും ഞാനവനെ സന്ദർശിച്ചുകൊണ്ട് കടന്നുപോയി. ഇടവേളകൾ

ഞാനവനു വേണ്ടി ചിലവഴിച്ചു. അന്ന് പ്രഭാതത്തിൽ ഞാനെത്തും മുമ്പേ സിസ്റ്റർ ത്രേസ്യാമയെന്നെ വിളിച്ചു. ഞാനോടി മുറിയിലെത്തുന്നതിന് മുമ്പേ കണ്ടു. അക്രമാസക്തനായി നിൽക്കുന്ന സിജുവിനെ. ഞാനൊരു നിമിഷം ഞെട്ടിത്തരിച്ചു നിന്നു. ജനിച്ചപടി അയാൾ വരാന്തയിൽ നിൽക്കുന്നു. പിടിക്കാൻ ചെല്ലുന്നവരെയെല്ലാം ഉപദ്രവിക്കുന്നു. എന്തു ചെയ്യണമെന്ന ചോദ്യം മാത്രമുള്ളിലവശേഷിക്കുന്ന നിമിഷങ്ങൾ. എങ്കിലും ഞാൻ വളരെ ശാന്തമായി ഒരു പുഞ്ചിരിയോടെ അടുത്ത് ചെന്ന് പറഞ്ഞു. “വരൂ നമുക്ക് മുറിയിൽ പോകാം ഇവിടെ കാഴ്ചക്കാർ ഏറെറയാണ്” അയാൾ ശാന്തനായ ഒരാട്ടിൻകുട്ടിയെപ്പോലെ എന്നോടൊപ്പം മുറിയിൽ വന്നു. നിലത്തുകിടന്ന മുണ്ടെടുത്ത് ഞാനയാൾക്ക് നേരെ നീട്ടി. എന്നിട്ട് ചോദിച്ചു; ‘സിജു എന്തിനാ പുറത്തു പോയത്? മുണ്ടില്ലായിരുന്നല്ലോ?’ അയാൾ പറഞ്ഞു; ‘എന്നെ ധാരാളം പേർ ദുരുപയോഗം ചെയ്യുന്നതായി എനിക്കുതോന്നിയപ്പോൾ എഴുന്നേറ്റോടിപ്പോയതാണ്’. ഞാനയാളെ ആശ്വസിപ്പിച്ചും ധൈര്യപ്പെടുത്തിയും സ്നേഹപാശം കൊണ്ട് ബന്ധിച്ചുകിടത്തിയിട്ടു പറഞ്ഞു. നിങ്ങളെ ആരും ഒന്നും ചെയ്യുന്നില്ല. ഇവിടെ നിങ്ങൾ പൂർണ്ണ സുരക്ഷിതനാണ്. എന്നാൽ നിങ്ങൾ തന്നെ ആത്മ പീഡനരതി നടത്തുന്നു. ഒരു ചെറുപ്പക്കാരൻ ഇത്ര ദുർബലഹൃദയനാവരുത്. നിലാവിന്റെ നേർത്ത തന്തുക്കളിൽ പ്രകൃതി നെയ്തെടുത്ത സംഗീതമാണ് മനുഷ്യന്റെ എല്ലാ വികാരങ്ങളും. അതിനു ലയവും രാഗവും താളവും നൽകുമ്പോൾ ജീവിതം നല്ലൊരു ഗാനമായി മാറുന്നു. അതിന്റെ തന്ത്രികൾ പൊട്ടാതിരിക്കാൻ ശ്രദ്ധിക്കുക.

ക്യാമ്പിലെ ദുരനുഭവങ്ങൾ ഒരു ഭാരമായ് മനസ്സിൽ പേറി നടക്കുമ്പോഴാണ് അയാളൊരാത്മീയ പ്രഭാഷണം ശ്രവിക്കുന്നത്. അപ്പോഴാണ് തന്റെ മുറി പങ്കുവെക്കുന്നവർ അയാളെ പ്രകൃതിവിരുദ്ധ പീഡനത്തിനിരയാക്കിക്കൊണ്ടിരിക്കുന്നതിന്റെ വലിയ ഭാരം വീണ്ടും വിഷമമായത്. വലിയ പാപത്തിലൂടെയാണ് താൻ കടന്നുപോകുന്നത് എന്ന കുറ്റബോധത്തിന്റെ ആഴക്കടലിൽ അയാളെ കൊണ്ടുതള്ളിയിടുന്നത്. അവിടെ നിന്നും ആത്മീയ പ്രഭാഷണത്തിന്റെ സത്ത ഉൾക്കൊണ്ട് നിത്യമായ സത്യത്തിന്റെ സിംഹാസനത്തിലേക്കുള്ള ചവിട്ടുപടികളി ലെത്തിയപ്പോഴാണ് വീണ്ടും ഇതേ ദുരനുഭവമുണ്ടാകുന്നത്. എങ്ങനെ പ്രതികരിക്കണ മെന്നറിയാതെ അയാൾ ജ്യേഷ്ഠനെത്തേടി വന്നു. പക്ഷെ ജ്യേഷ്ഠനോട് പറയാനയാൾ ഭയപ്പെട്ടു. അങ്ങനെ കുറ്റബോധം ഭയത്തിന്റെ കാർമേഘമായി പെയ്യാൻ തുടങ്ങി. തന്റെ ചിന്തയുടെ വനാന്തർഭാഗത്തെ ഏകാന്തതയിൽ സംഭീതമായ ഒരു സൗന്ദര്യം അയാൾ ദർശിക്കുവാൻ

തുടങ്ങി. രാത്രിയുടെ ഗൂഢസൂക്ഷിപ്പുകളിൽ അവകാശം പ്രഖ്യാപിച്ചു കൊണ്ട് സ്വന്തം ശരീരത്തിന്റെ പങ്കുകാരായി പുതപ്പിനടിയിൽ ഊഴ്ന്നിറങ്ങുന്നവരെ ആട്ടിപായ്ക്കാനയാൾക്ക് ശക്തിയുടെ കരങ്ങൾ പോരായിരുന്നു. ആശക്തിയായിരുന്നു ആശുപത്രി കിടക്കയിൽ നിന്നും അയാൾക്കു ലഭിച്ചത്.

ഇന്ന് സിജു ലണ്ടനിൽ കുടുംബവുമൊത്ത് ജീവിക്കുന്നു. മാനസികരോഗം ഒരു കുറ്റമല്ല. ഒരവസ്ഥയാണ്, മാനസികവ്യാപാരങ്ങളുടെ ഒരവസ്ഥ. ആ അവസ്ഥയിൽ നമുക്കവരെ ഒറ്റപ്പെടുത്താതിരിക്കാം. ഒപ്പം നിൽക്കാം.

*****

സ്വസ്ഥമായുറങ്ങട്ടെ....

അബി എന്ന, കറുത്ത് മെലിഞ്ഞ ബംഗാളി സ്വകാര്യ ആശുപത്രിയിലെ ശുചീകരണതൊഴിലാളിയാണ്. ജീവിതത്തിന്റെ എല്ലാ വിഴുപ്പുകളും ശുദ്ധീകരിച്ചാലും പിന്നെയും പഴയപടി തന്നെ ആവുന്ന ലോകത്തിൽ അയാൾ നിരന്തരം പൊരുതിക്കൊണ്ടേയിരുന്നു. അങ്ങനെ രാവും പകലും പ്രവൃത്തികളുടെ ഋതുക്കളായി വിഭജിക്കപ്പെടുകയും കൃത്യതയുടെ നിയമങ്ങളാൽ മേലധികാരികളാൽ ചുറ്റപ്പെടുകയും ചെയ്ത ബംഗാളി. ചില വാക്കുകളും നോട്ടങ്ങളും മനുഷ്യനെ കരിച്ചുകളയുന്നത് എപ്പോഴാണെന്നറിയില്ല. ഒരു നഴ്സിന്റെ പ്രഭാത ഭക്ഷണമായ ബ്രഡിനുവേണ്ടിതൊട്ടടുത്തുള്ള ബേക്കറിയിലേക്ക് അയാളെ പറഞ്ഞയക്കുമ്പോൾ ഹലവാനി എന്ന ഈജിപ്ഷ്യൻ മേൽനോട്ടക്കാരൻ ശബ്ദത്തെ വാളാക്കി അബിയെ വെട്ടിയരിഞ്ഞു. രൂക്ഷമായ നോട്ടം കൊണ്ട് അയാളെ കരിച്ചു കളയുകയും ചെയ്തു. ഏൽപ്പിക്കപ്പെട്ട പണികൾക്കപ്പുറത്തേക്ക് അബിയുടെ പണികൾ നീണ്ടാൽ ഹലവാനി രോഷാകുലനാകും. നിയമങ്ങളാലായിരുന്നു അബി ഭരിക്കപ്പെട്ടിരുന്നത്. യുക്തികൊണ്ട് നയിക്കപ്പെടാൻ അയാൾക്ക് അധികാരമില്ലായിരുന്നു. ദാരിദ്ര്യവും വേദനയും തലപൊക്കി വരുമ്പോൾ അവയെ കഴുത്ത് ഞെരിച്ച് കൊല്ലുകയും മൗനത്തിന്റെ മൂകമായ കല്ലറകളിൽ അടയാളപ്പെടുത്തലുകളില്ലാതെ കുഴിച്ചുമൂടുകയും ചെയ്തിരുന്നു.

ഹലവാനി എന്ന ഈജിപ്ഷ്യൻ മേൽനോട്ടക്കാരന്റെ കാക്കക്കണ്ണുകൾ ഏതു വഴിയാണ് പറന്നെത്തുന്നത് എന്ന് ഞങ്ങൾപോലും സംശയിച്ചിരുന്നു. അയാൾ ഒരിക്കലും ചിരി എന്തെന്ന് സ്വന്തം ചുണ്ടുകളെ പരിചയപ്പെടുത്തിയിട്ടില്ലായിരുന്നു. ദയ അയാളുടെ കണ്ണുകൾ തിരിച്ചറിഞ്ഞിട്ടില്ല. സൗമ്യമായ ഭാഷാ ശൈലി അയാളുടെ നാക്കിന് വഴങ്ങുകയില്ല. ജീവിതത്തിന്റെ പ്രാരബ്ധക്കയത്തിൽ നിന്നും രക്ഷനേടാൻ വരുന്നവർ പലപ്പോഴും ക്ഷമ നശിച്ച് അയാളെ മനസാ ശപിച്ച് കഴിഞ്ഞുകൂടി. ഇയാൾക്ക് കീഴിലാണ് അബിയുടെയും ജോലി.

തടഞ്ഞുനിന്ന പ്രാരബ്ധങ്ങളുടെ കെട്ട് അയാൾ അഴിച്ചുവിടുകയാ

യിരുന്നു. ഇതിനു മുമ്പൊരിക്കലും ഞാൻ കേട്ടിട്ടില്ലാത്ത ശബ്ദത്തിൽ. 'ഞാൻ വല്ലാത്തൊരു വിഷമസന്ധിയിലാണ്, എന്റെ ഇപ്പോഴത്തെ ജീവിതാവസ്ഥയോട് പൊരുത്തപ്പെടാൻകഴിയുന്നില്ല. എന്നിട്ടും ഞാനിവിടെ പിടിച്ചുനിൽക്കുന്നത് എന്റെ കുടുംബത്തിന് വേണ്ടിയാണ്'. നിങ്ങൾക്കെന്റെ മകളെ കാണണോ എന്ന് ചോദിച്ച് അയാൾ ഒരു പെൺകുട്ടിയുടെ ഫോട്ടോ കാണിച്ചു. എല്ലും തോലുമായി, വിളറിയ മുഖമുള്ള ചെമ്പിച്ച തലമുടിയുള്ള ഒരു പെൺകുട്ടിയുടെ ചിത്രം. അവൾ അർദ്ധനഗ്നയായിരുന്നു. വസ്ത്രത്തേക്കാൾ അവളാഗ്രഹിക്കുന്നത് ആഹാരവും സംരക്ഷണവുമാണെന്ന് തോന്നി. അബിയുടെ കുടുംബ പശ്ചാത്തലം കാണാതെ തന്നെ എന്റെ മനസ്സിന്റെ ക്യാൻവാസിൽ വരച്ചിട്ട ചിത്രമായിത്തീർന്നു ആ കുട്ടി. ഒഴിവുവേളകളിൽ എന്റെ വീടും പരിസരവും വൃത്തിയാക്കുന്ന ജോലി ഞാനയാളെ ഏൽപ്പിച്ചു. അയാളുടെ കുടുംബത്തിന് നൽകാൻ ഒരു വരുമാനം ആവട്ടെയെന്നു ഞാൻ കരുതി. പൂർത്തീകരിക്കാത്ത അഭിലാഷത്തിന്റെ ഉണങ്ങാത്ത വിത്ത് ഭാര്യയുടെയും മക്കളുടെയും ഉള്ളിൽ കിടന്നു പാറി അയൽപക്കങ്ങളിൽ ചെന്നു പെടാതിരിക്കാൻ ഇവിടെനിന്ന് ഞാൻ കൊടുക്കുന്ന എല്ലാം അയാൾ കപ്പൽ കയറ്റി അയച്ചു. ലക്ഷ്യത്തോടെ ഭാവനയുണ്ടാക്കുന്നതിനും പരിഗണനയോടെ മറ്റുള്ളവരെ കാണുന്നതിനും മധുരമായി സംസാരിക്കുന്നതിനും ശ്രേഷ്ഠമായി സഹിക്കുന്നതിനും വലിയ വിദ്യാഭ്യാസവും സൗന്ദര്യവും

വേണ്ടെന്നു അബി കാണിച്ചു തന്നു. നടക്കാനിറങ്ങുമ്പോൾ ഞാൻ കടയിൽ നിന്നു വാങ്ങുന്ന സാധനങ്ങൾ പോലും എനിക്കൊരു ഭാരമാവാതിരിക്കാൻ അയാളോടിവന്നു. പുഞ്ചിരിയോടെ അയൽക്കാരനെ കൊള്ളയടിക്കുന്ന ലോകത്തിൽ ഒരു നാണയത്തുട്ടുപോലും അയാളെടുത്തില്ല.

റമദാനിൽ നോമ്പ് ദിവസങ്ങളിൽ ഞാനയാളെ വേഗം പറഞ്ഞു വിടും. അന്നയാൾ പതിവിലേറെ സന്തോഷവാനായിരുന്നു.

'ഇന്നു ഞാനും സുഹൃത്തും കൂടി മാർക്കറ്റിലേക്ക് പോകുന്നു. പച്ച മത്സ്യം വാങ്ങി ഒരു പുതിയ രീതിയിൽ കറി വെക്കും'. ഞാൻ പറഞ്ഞു; സലക്ക് മുൻപേ പോയ്ക്കോളൂ.. നോമ്പ് മുറിക്കാനുള്ളതല്ലേ. എന്നാൽ ആ യാത്രയിൽ അയാൾക്ക് കൂട്ടായിരുന്നത് ആത്മാക്കളുടെ മേൽ വിധി നടത്തുന്ന ന്യായാധിപനായിരുന്നു എന്നറിയാൻ ഏറെ നേരം വേണ്ടിവന്നില്ല. വിദൂര ചക്രവാളത്തിൽ സൂര്യൻ മറയുന്നതോടൊപ്പം അബിയും മറയുകയായിരുന്നു. പാഞ്ഞുപോയ വാഹനത്തിനടയിൽപ്പെട്ട് മത്സ്യത്തെപ്പോലെ അയാളും പിടഞ്ഞു. കണ്ടു നിന്നവർക്ക് ഒന്നും ചെയ്യാൻ നേരമുണ്ടായിരുന്നില്ല. അങ്ങനെ അബി, അയാൾ തന്നെ അന്ന് വൃത്തിയാക്കി വെച്ച മോർച്ചറിയിൽ അതിഥിയായെത്തി.

ഈ വിവരം നാട്ടിൽ അറിയിക്കാൻ ഞങ്ങൾ ഭയന്നു. എന്റെ സങ്കൽപ്പത്തിലെ അയാളുടെ ഭാര്യക്ക് ഇതെങ്ങിനെ താങ്ങാനാകും. എന്റെ മക്കൾ പോലും ഈ ആഘാതത്തിൽ നിന്നുംമുക്തി നേടാനാവാതെ ബുദ്ധിമുട്ടുന്നു. പിന്നെ എങ്ങനെ സ്വന്തം കുടുംബം അത് താങ്ങും. എങ്കിലും അറിയിച്ചല്ലേ പറ്റൂ. ഒരു ബംഗാളിയെ കൊണ്ട് തന്നെ നാട്ടിലേക്ക് വിളിപ്പിച്ചു. നടന്നതെല്ലാം പറഞ്ഞു.

ഒരു നേരത്തെ നിശ്ശബ്ദതക്ക് ശേഷം ഭാര്യ ചോദിച്ചു. മരിച്ചവർക്കുള്ള നഷ്ടപരിഹാരം ലഭിക്കാൻ എത്രദിവസം കാത്തിരിക്കണം. കിട്ടുന്ന പണം ഒരു വീട് വെക്കാൻ തികയുമോ? മയ്യിത്ത് അവിടെത്തന്നെ മറവു ചെയ്തോളൂ. പണം അയക്കാൻ വൈകേണ്ട. എന്റെ മനസ്സിലെ ഭാര്യ എന്ന കൊട്ടാരം തകർന്നുവീണു. ചില വാക്കുകൾ മരണത്തെക്കാൾ ഭീകരമാണ്. അതുകൊണ്ട് തന്നെ പ്രാർത്ഥനയുടെയും ബാങ്കുവിളികളുടേയും ശബ്ദം കൊണ്ട് മുഖരിതമായ ഈ മണ്ണിൽ എല്ലാ കാലവും അബി സ്വസ്ഥമായുറങ്ങട്ടെ.. ഓർമ്മയെന്നത് കാറ്റുപോലെ വന്നുപോവുകയും അൽപനേരത്തേക്ക് മന്ത്രിക്കുകയും പിന്നീട് എന്നെന്നേക്കുമായ് നിശ്ശബ്ദമാവുകയും ചെയ്യുന്ന ഒരു ശരത്കാല പത്രമാണെന്നെനിക്ക് തോന്നി.

*****

പച്ചത്തുരുത്ത്

കാലത്തിന്റെ കുത്തൊഴുക്കിൽ അയാളുടെ മനസ്സും കലങ്ങി മറിഞ്ഞ് ഒഴുകികൊണ്ടിരുന്നു. പോയ നാളുകളുടെ വിഴുപ്പുഭാണ്ഡമഴിക്കാനയാൾക്കായില്ല. എങ്കിലും നീണ്ട വർഷങ്ങളുടെ ഇടവേളക്ക് ശേഷം ഞങ്ങൾ തമ്മിൽ കണ്ടുമുട്ടിയപ്പോൾ ഓർമ്മയുടെ ശിലാപാളികൾ തുറന്ന് എല്ലാം പുറത്തേക്കെറിയാൻ വെമ്പുന്നതുപോലെ. മനസ്സിന്റെ ഭാരങ്ങളെല്ലാം അഴിഞ്ഞുവീഴുന്നപോലെ.

കോളേജ് വിദ്യാഭ്യാസം കഴിഞ്ഞപ്പോൾ ജോലി തേടി ബോംബെയിൽ വന്നതാണ് നാരായണൻ. ഏക മകനായിരുന്നു. ദാരിദ്ര്യമകറ്റാനായിരുന്നു ഈ പ്രവാസം. അമ്മയുടെ ശരീരത്തിൽ ശേഷിച്ചിരുന്ന ഏക സമ്പാദ്യമായ കമ്മൽ ഊരിവിറ്റാണ് വണ്ടിക്കൂലി തരപ്പെടുത്തിയത്. പരിചയക്കാരനായ സുരേഷും ഭാര്യയും ബോംബെയിൽ താമസിക്കുന്നതുകൊണ്ട് അവരുടെ മേൽവിലാസവും ഫോൺ നമ്പറും കയ്യിൽ കരുതിയിരുന്നു. യാത്രയിൽ അയാൾക്ക് ഉറങ്ങാൻ കഴിഞ്ഞില്ല. പലരും മൂടിപ്പുതച്ചുറങ്ങുന്നു. രാത്രിയും പകലും ഉറങ്ങുന്നവർ. ഗോതമ്പും സൂര്യകാന്തിയും വിളഞ്ഞുനിൽക്കുന്ന പാടങ്ങൾ. അയാളുടെ കാഴ്ചയിൽ നിലാവും വയലും കുന്നും ആറും നിരത്തുമെല്ലാം ഓടിപോയ്കൊണ്ടിരുന്നു. തീവണ്ടിയിൽ കച്ചവടക്കാർ വന്നും പോയുമിരുന്നു. അയാൾക്കൊന്നും വാങ്ങാനുണ്ടായിരുന്നില്ല. പുലരാൻ നേരം ഒരു ചായ കുടിച്ചു. പ്ലാസ്റ്റിക് ഗ്ലാസ്സിൽ പകുതിവരുന്ന ചായ. ചുമട്ട് ജോലിക്കാരുടെ ഇടിച്ചു കയറ്റങ്ങൾ എല്ലാം കഴിഞ്ഞ് ബോംബെ സ്റ്റേഷനിൽ എത്തി. ആദ്യമായൊരു ദീർഘയാത്ര നടത്തിയതിന്റെ ക്ഷീണം അയാൾക്കുണ്ടായിരുന്നു. വീട് വിട്ടുപോന്നതിൻെറ മാനസിക സംഘർഷത്തിന്റെ നെരിപ്പോട് നെഞ്ചിൻ കൂട്ടിൽ കിടന്ന് നീറികൊണ്ടുമിരുന്നു.

നാട്ടിൽ വരുമ്പോഴുള്ള സുരേഷിന്റെയും ഭാര്യയുടെയും ആരേയും ആകർഷിക്കുന്ന വസ്ത്രധാരണവും നടപ്പും നാരായണനെ പലപ്പോഴും അസൂയപ്പെടുത്തിയിരുന്നു. അതുകൊണ്ട് നാരായണൻ കരുതി, ഒരു ജോലി തരപ്പെടുത്താനും കുറച്ചു ദിവസം അവരുടെ കൂടെ താമസിക്കാ

നും ഒരു ബുദ്ധിമുട്ടും ഉണ്ടാവില്ലെന്ന്. എന്നാൽ സുരേഷിനെ തേടിയുള്ള നാരായണന്റെ അന്വേഷണം ചെന്നെത്തിയത് ഒറ്റമുറി വീടും അടുക്കളയും മാത്രമുള്ള ഞെരുക്കമാർന്ന ജീവിതത്തിലേക്കായിരുന്നു. ഇവിടെ എങ്ങനെ ഒരു ഇത്തിക്കണ്ണിയായി കയറിക്കൂടും എന്ന് തോന്നിയെങ്കിലും അടുക്കളപ്പുറത്ത് ഒരു ചായ്പ്പ് കെട്ടി അവിടെ അന്തിയുറങ്ങാൻ തുടങ്ങി.

ജോലി തേടിയുള്ള യാത്രയിൽ വഴിയിൽ മുള്ളുകൾ മാത്രമായിരുന്നു കൊണ്ടത്. ഹോട്ടലിൽ ജോലിക്കാരനായി. അനുമതിയില്ലാതെ ഭക്ഷണം കഴിക്കരുതെന്നായിരുന്നു പ്രധാന കണ്ടീഷനുകളിലൊന്ന്. പക്ഷെ, വിശപ്പിനറിയില്ലല്ലോ നേരത്തെ ചൊല്ലിക്കൊടുത്ത കണ്ടീഷനുകൾ.

എരിയുന്ന വയറിലെ തീ വെള്ളമൊഴിച്ച് കെടുത്താൻ ശ്രമിച്ചിട്ടും അത് ഫണണുയർത്തി താണ്ഡവമാടി. ഭോജനശാലയിലെ എച്ചിൽപാത്രത്തിൽ നിന്നും ഒരു ഇഡലി നാരായണനെ നോക്കി ചിരിച്ചു. വിശപ്പൊടുങ്ങിയെങ്കിലും ഭോജനശാലയുടെ മേൽനോട്ടക്കാരന്റെ വക ലഭിച്ചത് മുഖമടച്ചുള്ള അടിയായിരുന്നു. പിഴയൊടുക്കാതെ ജോലിയിൽ

പ്രവേശിക്കാനാകില്ലെന്ന് ഉറപ്പായിരുന്നു. കടുത്ത വിശപ്പിനെ ശമിപ്പിക്കാനോ വീട്ടിലേക്ക് പണമയക്കാനോ മാർഗമൊന്നും തെളിയുന്നില്ല. സുരേഷിന്റെ ഭാര്യയുടെ ഉപദേശം വരുന്നത് ഈ നേരത്തായിരുന്നു. സർക്കാർ ആശുപത്രിയിൽ പോയി സർജറിക്ക് വിധേയനായാൽ താത്കാലിക ബുദ്ധിമുട്ട് പരിഹരിക്കപ്പെടുമെന്നും അതുകൊണ്ട് പ്രശ്നമൊന്നുമില്ലെന്നും നഴ്സ് കൂടിയായ അവർ പറഞ്ഞു. ഇതൊന്നും ആരുമറിയാൻ പോകുന്നില്ലെന്നും ഈ സർജറി ചെയ്ത് നിരവധി പേർക്ക് പിന്നീട് കുട്ടികളുണ്ടായിട്ടുണ്ടെന്ന് കൂടി അവർ പറഞ്ഞതോടെ താൽക്കാലിക നേട്ടത്തിനായി നാരായണൻ ഓപ്പറേഷൻ ടേബിളിലെത്തി.

കശാപ്പുകാരന്റെ അറവു മേശയിലെ ആട്ടിൻകുട്ടിയെപോലെ നാരായണൻ. കണ്ണുകളടച്ചു കിടന്നു. ഒരു കുത്തിവെപ്പ് നടന്നതായി ഓർമ്മയുണ്ട്. എഴുന്നേറ്റ് പോരുമ്പോൾ ഒരു ബക്കറ്റും കുറച്ചു പണവും ലഭിച്ചു. ശരീരം മരവിച്ചതുകൊണ്ടാണോ അതോ മനസ്സ് മരവിച്ചത് കൊണ്ടാണോ ഒന്നും തോന്നാതിരുന്നത് എന്നയാൾക്കറിയില്ല. കുറേ കഴിഞ്ഞപ്പോൾ അടിവയർ വേദനിക്കാൻ തുടങ്ങി. രണ്ട് ദിവസം കിടന്ന കിടപ്പിൽ തന്നെ. പിന്നെ ചോദ്യങ്ങളായി. 'നീയെന്താ വെണ്ണീറിൽ പെറ്റു കിടക്കുന്ന പട്ടിയെപ്പോലെ, എഴുന്നേൽക്കാതെ കിടക്കുന്നത് എഴുന്നേറ്റ് പണിക്ക് പോടാ' എന്നൊക്കെയായി ആക്ഷേപങ്ങൾ.

അപ്പോഴും വീട്ടിൽനിന്ന് ആവശ്യങ്ങളുടെ നിലയ്ക്കാത്ത പട്ടിക വന്നുകൊണ്ടിരുന്നു. അതിനിനി ഏത് അവയവം വിൽക്കേണ്ടി വരുമെന്ന ചിന്തയായിരുന്നു അയാൾക്ക്. ചില അത്യാവശ്യങ്ങൾ പരിഹരിക്കപ്പെട്ടെങ്കിലും ഓപ്പറേഷന്റെ വേദന അയാളെ മാനസികമായി അലട്ടിക്കൊണ്ടിരുന്നു. ഭാവി ശൂന്യമായതുപോലെ. താനൊരു ഷണ്ഡനാണെന്നും തെരുവ് പട്ടികളുടെ ജനന നിയന്ത്രണം പോലെയാണിപ്പോൾ ഇന്ത്യയിലെ മനുഷ്യരുടെ വംശവർദ്ധനവ് തടയലെന്നും അയാൾ സ്വയം കണ്ടെത്തി. ഇനിയും തുടങ്ങിയിട്ടില്ലാത്ത കുടുംബജീവിതവും ജനിക്കാനാവാതെ നിഷ്ഫലമായിപ്പോവുന്ന ബീജവും അയാളെ കുത്തി മുറിവേൽപ്പിച്ചുകൊണ്ടിരുന്നു. ആ വേദനയിൽ അയാൾ സ്വപ്നങ്ങൾ നഷ്ടപ്പെട്ടവനായി.. സ്നേഹിക്കാനാളില്ലാതെ പ്രണയിക്കാനാളില്ലാതെ കാത്തിരിക്കാനാരുമില്ലാതെ. എന്നാൽ ഇതൊന്നുമല്ലാതെ അയാൾക്ക് ചുറ്റും നിറയെപ്പേരുണ്ടായിരുന്നു. ഓട്ടോറിക്ഷക്കാർ, കുതിരവണ്ടിക്കാർ, പാലക് ബാജി വിൽക്കുന്ന സ്ത്രീകൾ, തെരുവ് വേശ്യകൾ എല്ലാവർക്കും പ്രതീക്ഷയുടെ മുഖമുണ്ടായിരുന്നു. അയാൾക്ക് മാത്രം ആ മുഖമുണ്ടായിരുന്നില്ല. ദാരിദ്ര്യവും രോഗവും മരണവും പോലും മറ്റാരുമറിയാതെ

പോകുന്നതിനോടയാൾക്ക് നിരാശ തോന്നി. ചെയ്തതെല്ലാം വെറും പാഴ്വേല മാത്രമാണെന്ന തിരിച്ചറിവ് അഗാധമായ ചുഴിയിലേക്ക് തള്ളി യിട്ടു.

ആ കയത്തിൽനിന്നും ഒരു മോചനത്തിനായി അയാൾ ഇവിടെ എ ത്തിയിരിക്കുന്നു. അവയവം വിൽക്കാതെ അദ്ധ്വാനിച്ചു ജീവിക്കുന്ന മ ണലാരണ്യത്തിൽ അയാൾ പച്ചത്തുരുത്ത് കണ്ടെത്തിയിരിക്കുന്നു.

*****

അബുവിന്റെ സ്നേഹം

ആർക്കും തോൽപ്പിക്കാനാവാത്ത വിധത്തിൽ ശക്തമായ പിതൃസ്നേഹത്തിന്റെ ആഴക്കടൽ അവിടെ ഒഴുകുന്നുണ്ടായിരന്നു. അതുകൊണ്ട് തന്നെ ഒദ്യോഗിക പട്ടാളവേഷം അഴിച്ചുവെക്കുമ്പോഴെല്ലാം അബുബന്ദറും മകൾക്കൊപ്പം ബാല്യ കൗമാരങ്ങളിലേക്കിറങ്ങി വന്നു. അവരുടെ ഇഷ്ടങ്ങളും കളികളും അയാൾ നെഞ്ചേറ്റി സ്വയം അതാവർത്തിച്ചു. വീഡിയോ ഗെയിമും ഉറാം വില്ലയും മക്കളെപ്പോലെ കളിച്ചു. എന്നാൽ ഔദ്യോഗിക ജീവിത്തിൽ അയാൾ കർക്കശക്കാരനായ പട്ടാള ഉദ്യോഗസ്ഥൻ തന്നെയാണ്. എത്ര പ്രതികൂല കാലാവസ്ഥയിലും ഒരിക്കലും അനാവശ്യമായി അവധിയെടുക്കാത്ത പ്രകൃതക്കാരൻ.

ചെറുപ്രായത്തിലേ മക്കൾ വാഹനമോടിക്കുന്നതിനെ പ്രോത്സാഹിപ്പിക്കാൻ ഏതൊരു പിതാവിനെയും പോലെ അയാളും മറന്നില്ല. അതുകൊണ്ടുതന്നെ അബുവിന്റെ തിരക്കുകളിലെല്ലാം അമ്മയുടെ സാരഥിയായി വന്നിരുന്നത് മുഹമ്മദ് അലി എന്ന പതിനാലുവയസ്സുകാരൻ മകനായിരുന്നു. മുഹമ്മദ് വരുമ്പോഴെല്ലാം എനിക്കുവേണ്ടി ചോക്ലേറ്റുകൾ കൊണ്ടുവരിക പതിവാണ്. ഞാൻ കഴിക്കില്ലെന്ന് പറഞ്ഞാലും അവനതൊരു സന്തോഷമായിരുന്നു. ഇന്ത്യ അവനു വളരെ ഇഷ്ടമാണ്. സുസ്മിതാ സെനും അമിതാബ് ബച്ചനും എന്ന് തുടങ്ങി മിക്ക ഹിന്ദി നടീനടന്മാരും അവന്റെ ഇഷ്ടക്കാരാണ്. ഇന്ത്യയിൽ പോകുമ്പോൾ അവരോട് സംസാരിക്കാനായി അവൻ ഹിന്ദി പഠിക്കാൻ തുടങ്ങി. മലമുകളിൽ നൃത്തമാടുന്ന മയിലുകളും കോരിച്ചൊരിയുന്ന മഴയിൽ മീൻ പിടിക്കുന്ന മുക്കുവനും തൃശൂർപൂരവും വള്ളംകളിയും താഴ്‌വരകൾക്കു കുറുകെ സ്വന്തം പാതയെ കവരുന്ന നീലിച്ച നിഴലുകളെ കുറിച്ചുമെല്ലാം ഞാനും സംസാരിച്ചു. ഇന്ത്യക്കാർ മരണശേഷം ദേഹം അഗ്നിക്ക് വിട്ടുകൊടുക്കുന്നതിനോട് അവനു ശക്തമായ എതിർപ്പായിരുന്നു. ഏകാന്തമായ വയലിൽ തനിച്ചു നിന്നുമടുക്കുന്ന നോക്കുകുത്തിയുടെ പടം കാണിച്ചു ഞാനവനെ ചിരിപ്പിക്കും. അവനും അവന്റെ അമ്മയും അതുകണ്ടു പൊട്ടിച്ചിരിക്കും.

അന്ന് അവരെന്നോട് പറഞ്ഞു. 'ഇന്ന് സ്കൂൾ അവധി ആരംഭിക്കുന്നത് കൊണ്ട് ഞങ്ങൾ റിയാദിൽ ഉമ്മയുടെ വീട്ടിലേക്ക് പോകുന്നു. ഇനി ഒരാഴ്ച കഴിഞ്ഞേ വരൂ.'

അവന്റെ വാക്കുകളിൽ അവധിക്കാലത്തിന്റെ എല്ലാ ഊർജ്ജവും നിറഞ്ഞു നിന്നിരുന്നു. എന്നാൽ പിറ്റേന്ന് രാവിലെ ഞാൻ കുട്ടികളുടെ വാർഡിലേക്ക് കടന്നുചെല്ലുമ്പോൾ ഞെട്ടിപ്പോയി. അബുബന്ദറിന്റെ കണ്ണിലെ അഗ്നി നാളങ്ങൾ എന്റെ ദൃഷ്ടിയുടെ കാഴ്ചയെ മറയ്ക്കുകയും അയാളുടെ ശക്തമായ ശ്വാസത്തിൽനിന്നും വരുന്ന പുക ചുരുളുകൾ എന്റെ നാസാരന്ധ്രങ്ങളെ ശ്വാസം മുട്ടിക്കുകയും ചെയ്തു. നഴ്സുമാരെല്ലാം അയാളുടെ മുമ്പിൽ പ്രതിമ പോലെ നിശ്ചലരായി ശ്വാസമടക്കി നിൽക്കുന്നു. അബുവിന്റെ ചൂണ്ടിനിർത്തിയ തോക്കിൽ നിന്നും രക്ഷപ്പെടാൻ കഴിയാതെ മരിച്ചുപോയേക്കുമോ എന്ന് ഭയപ്പെടുന്നതായി വിറയാർന്ന അവരുടെ ശരീരഭാഷ വിളിച്ചോതിക്കൊണ്ടിരുന്നു. അകത്തു കടന്നു മുന്നോട്ട് നീങ്ങിയപ്പോഴാണ് കണ്ടത്. വെന്റിലേറ്റർ മുതൽ ജീ

വൻ നിലനിർത്താനുള്ള എല്ലാ കൃത്രിമ ജീവൻ രക്ഷാ ഉപകരണങ്ങളും ഘടിപ്പിച്ചു മുഹമ്മദിനെ കിടത്തിയിരിക്കുന്നു. എനിക്കും അത് താങ്ങാൻ ബുദ്ധിമുട്ടായിരുന്നു. ദൈന്യതയുടെയും നിസ്സഹായതയുടെയും നനുത്ത രേഖകൾ ഇരുട്ടിൽ നിന്നും വെളിച്ചത്തിലേക്ക് ഒഴുകിവന്നു. എനിക്ക് അബുവിന്റെ മുഖത്തേക്ക് നോക്കാനായില്ല. ഞാൻ നിന്ന് നീറുകയായിരുന്നു. നിറഞ്ഞുവരുന്ന എന്റെ കണ്ണുകളെ മറയ്ക്കുവാനായി ഞാൻ തിരിഞ്ഞുനിന്നു. ഫയൽ എടുത്തു വായിച്ചപ്പോഴാണ് അറിയുന്നത്. പതിനാലു വയസ്സ് മാത്രം പ്രായമുള്ള മുഹമ്മദ് സാരഥി ആയപ്പോഴാണ് അപകടം ഇരുൾ ഗീതങ്ങൾ പാടുന്ന നക്ഷത്ര ലോകത്തിലേക്ക് അവനെ നയിച്ചത്. മകന്റെ ജീവൻ രക്ഷിക്കാനായില്ലെങ്കിൽ എല്ലാവരെയും തോക്കിനിരയാക്കും എന്ന് പറഞ്ഞ് സ്വയം നിയന്ത്രിക്കാനാവാതെ നിൽക്കുന്ന അബുവിനോട് എനിക്ക് പറയണമായിരുന്നു, ഭൂമിയിലെ നരകകവാടങ്ങൾ താണ്ടി സ്വർഗീയ സൈന്യത്തിന്റെ പടക്കോപ്പുകളുമായി നിന്റെ മകൻ പരസ്പരം ബന്ധിക്കാനാവാത്ത ഒരു രാജ്യത്തേക്ക് കടന്നുപോയി എന്ന്. എന്നാൽ എല്ലാം ദഹിപ്പിക്കുന്ന പുറത്തെ ചൂടിനേക്കാൾ വലിയ തീയായിരുന്നു അയാളുടെ കണ്ണുകളിൽ കത്തിക്കൊണ്ടിരുന്നത്. മകൻ മരിച്ചു കഴിഞ്ഞിട്ടും അത് അംഗീകരിക്കാനാവാത്ത മനസ്സിന്റെ അസന്തുലിതാവസ്ഥ എനിക്ക് നന്നായി മനസ്സിലാക്കാനാവുന്നുണ്ട്. പക്ഷെ എത്ര സമയം ഈ യന്ത്രങ്ങൾ ഇങ്ങനെ ഘടിപ്പിച്ചു കിടത്താനാവും. മണിക്കൂറുകൾ ഒച്ചിനെപ്പോലെ ഇഴയുന്നു. മനസ്സിലെ ഭീതി ഹിമാലയ സാനുവിനോളം വളർന്ന് വലുതായിക്കഴിഞ്ഞു. മുഹമ്മദ് നിത്യത പുൽകിയിരിക്കുന്നു. ഇനി യാന്ത്രിക ഉപകരണങ്ങളെല്ലാം മാറ്റണമെന്ന് അബുവിന്റെ വേദനാജനകവും കലുഷവുമായ മനസ്സിനെ പറഞ്ഞു ബോധ്യപ്പെടുത്താൻ ആർക്കും സാധിക്കുന്നില്ലായിരുന്നു. പിതൃസ്നേഹം അളവ് കല്പിക്കാനാവാത്ത വിധം അണപൊട്ടി ഒഴുകിക്കൊണ്ടിരുന്നു. മകന്റെ ഒരു ശ്വാസ ചലനത്തിനായി കണ്ണും നട്ട് കട്ടിലിനരികിലയാൾ നിധി കാക്കുന്ന ഭൂതംപോലെ കാവലിരുന്നു. മുഹമ്മദ് കണ്ണ് മിഴിച്ചില്ല. ഒരു നിശ്വാസം പോലുമില്ല. പകരം വെളുത്തു തുടുത്ത ശരീരം കുറേശ്ശെയായി നിറം മാറാനും വീർക്കാനും ആരംഭിച്ചു കഴിഞ്ഞു. അവസാനം മരണമെന്ന സത്യത്തെ അംഗീകരിപ്പിക്കാനായി മനഃശാസ്ത്രജ്ഞന്റെ സഹായം തേടേണ്ടി വന്നു. മുഹമ്മദിനെ ഖബറിലേക്കെടുക്കുമ്പോഴും മേശപ്പുറത്തെ സ്ഫടികപാത്രത്തിനകത്തെ ചോക്ലേറ്റുകൾ നിഷ്കളങ്ക സ്നേഹത്തിന്റെ മധുരം വിതറുന്നുണ്ടായിരുന്നു.

*****

വ്യത്യസ്തൻ

വാർധക്യം ബാല്യത്തിന് തുല്യമാണ് എന്നത് ശരിയാണ്. ചില സമയങ്ങളിൽ അത് വർഷങ്ങളുടെ ദൂരങ്ങൾ താണ്ടി വീണ്ടും കൊച്ചു കുഞ്ഞിലേക്കും കുസൃതി നിറഞ്ഞ ബാല്യത്തിലേക്കും നമ്മെ തിരിച്ചെത്തിക്കുന്നു. അവിടെ നമുക്ക് വയസ്സോ സ്ഥാനങ്ങളോ തിരിച്ചറിയാതാവുന്നു. നമ്മുടെ കൊച്ചു കൊച്ചു വാശികളും വിവരക്കേടുകളും വിജയിച്ചതിന്റെ ആഘോഷം മനസ്സിൽ കൊണ്ടാടുന്നു. നൂറ എന്ന എഴുപതുവയസ്സുകാരി ഇപ്പോഴങ്ങനെയാണ്. പ്രായം എഴുപതായെങ്കിലും മുഖത്ത് ചുളിവുകൾ ഒട്ടുമില്ല. നല്ല ഗോതമ്പിന്റെ നിറം മൈലാഞ്ചിച്ചോപ്പ് തേച്ചു പിടിപ്പിച്ച, തോളറ്റം വരെ വരുന്ന മുടിയിഴകൾ. ഇഷ്ടഭക്ഷണം ചോക്ലേറ്റ് ആണ്. പുഷ്പങ്ങളും ചോക്ലേറ്റുകളും അത്തറും കൊണ്ട് അലങ്കരിച്ച ആശുപത്രിയിലെ കിടപ്പുമുറി. അവിടെ എപ്പോഴും മക്കളും മരുമക്കളും നിറഞ്ഞുനിന്നു. ഏകാന്തത ഒരിക്കലും അവിടെ കടന്നുവന്നിരുന്നില്ല. ശരീരത്തിനൊരു ചെറിയ ബലക്കുറവുണ്ടെന്നല്ലാതെ അവരൊരു കിടപ്പുരോഗിയായിരുന്നില്ല. ആകുലതകളോ അങ്കലാപ്പുകളോ ഒന്നും അവരെ ബാധിച്ചിരുന്നില്ല. നിധിപോലെ സൂക്ഷിക്കാനും പ്രിയത്തോടെ കൈവശം വെക്കാനുമായി അവർ സ്വന്തം പിന്മുറക്കാരെ വളർത്തിയിട്ടുണ്ടെന്നു ആദ്യ സന്ദർശനത്തിൽ തന്നെ മനസ്സിലായി. അവരുടെ നേട്ടങ്ങളിൽ എനിക്കാദരവ് തോന്നി. വാർധക്യത്തെ ആഘോഷമാക്കി മാറ്റുന്ന തരത്തിൽ സംസാരിച്ചും പൊട്ടിച്ചിരിച്ചും വാർധക്യത്തിൽ ബാധിക്കുന്ന യാന്ത്രികതയും നിരാശയും മരവിപ്പും അവഗണിച്ചുകൊണ്ടിരുന്നു. ഇംഗ്ലീഷ് അനായാസം സംസാരിക്കുന്ന അവരുടെ വിജ്ഞാന പാടവം ഞങ്ങളിലെ അകലം നിശ്ശേഷം ഉന്മൂലനം ചെയ്തു. എന്നാൽ ഒരു ശരീരത്തിൽ പലമനുഷ്യരുണ്ടെന്നും വൈകാരികമായ പൊട്ടിത്തെറികൾ അവരെ അലങ്കരിക്കാറുണ്ടെന്നും അപ്പോഴെനിക്കറിയാൻ സാധിച്ചില്ലായിരുന്നു.

ആധുനികകാലഘട്ടത്തിലെ കുടുംബങ്ങളിൽ മാതാപിതാക്കളോട് വിയോജിക്കാനുള്ള സ്വാതന്ത്ര്യം ഈ തലമുറയുടെ അവകാശമാണെന്ന്

വിശ്വസിക്കുകയും സമൂഹത്തിന്റെ ശരികളേക്കാൾ സ്വന്തം ശരികളിലാണ് ഉറച്ചുനിൽക്കേണ്ടതെന്നും ആരുടേയും ആക്രോശങ്ങളോ, പരിഹാസങ്ങളോ ബാധിക്കാതിരിക്കുകയും കലാപത്തിന്റെയും കലഹത്തിന്റെയും ഒരു ജീൻ തങ്ങളിൽ കിടക്കുന്നുണ്ടെന്നും അഹങ്കാരത്തോടെ പറഞ്ഞു സ്വന്തം തായ്‌വഴി പോലും അറുത്തെറിയുന്ന യുവാക്കൾക്കിടയിൽ തികച്ചും വ്യത്യസ്തനായ പട്ടാള ഉദ്യോഗസ്ഥനായ മകൻ....

കാലവും രോഗവും തലച്ചോറിൽ വരുത്തിയ മാറ്റം മൂലം ശരിയും തെറ്റും തിരിച്ചറിയാനാവാതെ എന്തിലും ഒരു അസാധാരണത്വം കലർന്ന പെരുമാറ്റം അമ്മയിലേക്കു കടന്നുവന്നിരിക്കുന്നു. ഓരേ സമയം കരയുകയും ചിരിക്കുകയും, ആഹ്ലാദത്തിന്റെ ഉത്തുംഗതയിലെത്തുകയും അസഭ്യം പുലമ്പി ഭ്രാന്തമായ ആവേശത്തിൽ ഉപദ്രവിക്കുകുയും ചെയ്ത് മാന്തിപ്പൊളിച്ച മുഖത്തോടെ നിൽക്കുമ്പോഴും ചോരവാർന്ന മുഖം തുടച്ചുകൊണ്ട് സാരമില്ല ഉമ്മാ നിനക്കെല്ലാം സുഖമാവും എന്ന് പറഞ്ഞ് അമ്മയെ വാരിപ്പുണർന്നു ഉമ്മവെക്കുന്ന മകൻ. ആത്മാവിന്റെ

ആഴങ്ങളെ സ്പർശിക്കുന്ന മാതൃപുത്ര ബന്ധത്തിന്റെ ഇഴകളെ ശക്തിപ്പെടുത്തുന്നു. അയാളുടെ മുൻപിൽ എന്റെ കണ്ണുകൾ നിറഞ്ഞൊഴുകിയത് മറ്റൊന്നും കൊണ്ടല്ല അതിയായ ബഹുമാനവും ആദരവും കൊണ്ട്. അയാളുടെ കഴിവിന്റെയും സമ്പത്തിന്റെയും പ്രതിഭയുടെയും തോളിൽ ചാർത്തിയ നക്ഷത്രങ്ങളുടെയും ശോഭക്ക് എന്റെ മുന്നിൽ പ്രകാശിക്കാനായില്ലെങ്കിലും ആ മാതൃസ്നേഹത്തിനു മുന്നിൽ ഞാൻ ശിരസ്സ് നമിച്ചു.

തലേ ദിവസത്തെ എന്റെ അനുഭവം വെച്ച് തെല്ലൊരു ജാള്യത്തോടെയാണ് കടന്നുചെന്നത്. കാരണം വളരെ മനോഹരവും കൗതുകകരവുമായി എന്നെക്കുറിച്ചു ഭംഗിയുള്ള ഭ്രാന്തു പറഞ്ഞിട്ട് അപ്പോൾ തന്നെ മാറ്റിപ്പറഞ്ഞവരുടെ അടുക്കലേക്കാണ് വീണ്ടും പോകുന്നത്. അവരുടെ അഭിനയ ചാതുരി പീലിവിടർത്തികൊണ്ട് പറഞ്ഞു - നീ അതീവ സുന്ദരിയാണ്. നിന്റെ നീലക്കണ്ണുകളിൽ രക്തത്തിന്റെ പ്രകാശം ജ്വലിക്കുന്നു. നിന്റെ കേശഭാരം ഞാൻ കണ്ട സ്ത്രീകളിൽ വെച്ചേറ്റവും മനോഹരമാണ്. നിന്റെ കവിളുകൾ ചുവന്നു തുടുത്ത ആപ്പിൾ പോലെയാണ്. നിന്റെ പുഞ്ചിരി നിലാവ് വിതറുന്ന ചന്ദ്രനെപ്പോലെയാണ്. അവരുടെ ഭ്രാന്തുകൾ കേട്ട് ഞാനെന്റെ മണ്ടത്തരത്തിന്റെ ജനലുകൾ തുറന്നിട്ട് എന്നിലെ സുന്ദരിയെ സ്വപ്നം കണ്ടു നിൽക്കുമ്പോഴവർ ഒരു കളിപ്പാട്ടം പോലെ എന്നെ ഞെക്കിപിടിച്ചുകൊണ്ട് പറഞ്ഞു. എടീ ഭദ്രകാളി, നിന്റെ പൂച്ചക്കണ്ണുകൊണ്ടുള്ള തുറിച്ചുനോട്ടം കൊണ്ടെന്നെ ഭയപ്പെടുത്തുന്നോ? പിശാചിനെ പോലെയുള്ള നിന്റെ നീണ്ട നഖങ്ങൾ എന്റെ മേൽ ആഴ്ത്തിയിറക്കുന്നോ? നരകത്തിലേക്കെന്നെ വലിച്ചുകൊണ്ട് പോകാനായി നീ മുടിയെന്ന ആലാസുകയറുംകൊണ്ട് വന്നിരിക്കുന്നോ എന്നും പറഞ്ഞു മുഖത്തു തുപ്പാനാരംഭിച്ചു. എന്റെ ഭയന്നു വീർത്ത മുഖം കണ്ട് മനസ്സിന്റെ മണിച്ചെപ്പിലൊളിപ്പിച്ച വേദനാജനകമായ സ്വകാര്യ ദുഃഖങ്ങൾ ആഞ്ഞടിക്കുന്ന തിരമാലകളിൽപെട്ട് നിയന്ത്രണം വിട്ട തോണി പോലെ ഒഴുകിപ്പോകുമോ എന്ന് തോന്നിപ്പോയിരുന്നു.

ഒരു ദിവസത്തെ ദൂരം താണ്ടിയെങ്കിലും എന്റെ ഹൃദയത്തിൽ കൊളുത്തി വലിക്കുന്ന ഒരു വേദനപോലെ ആ അനുഭവം അവശേഷിക്കുന്നുണ്ടായിരുന്നു. എങ്കിലും അമ്മയെ സ്നേഹിച്ചു മതിവരാത്ത ഒരു മകന്റെ മുൻപിൽ എന്റെ ജാള്യത്തിനു പ്രസക്തിയില്ലായിരുന്നു. മറിച്ചു ദാരിദ്ര്യത്തിന്റെ ഉത്തുംഗശൃംഗത്തിൽ നിൽക്കുമ്പോഴും മുണ്ട് മുറുക്കിയുടുത്തു മക്കളെ പഠിപ്പിച്ചു ഉന്നതസ്ഥാനീയരാക്കിയപ്പോൾ ദൈവത്തിന്റെ സ്വന്തം നാട്ടിൽ വൃദ്ധസദനങ്ങൾ പെരുകുന്നു. അതിനു വിപരീത

മായി മരുഭൂമിയുടെ മടിത്തട്ടിൽ സ്വന്തം ഉമ്മക്ക് വേണ്ടി ജീവനർപ്പിക്കാൻ തയ്യാറായ ഒരു മകനെ കണ്ട സന്തോഷവും അമ്മയുടെ കാൽപാദത്തിനടിയിലാണ് മക്കളുടെ സ്വർഗം എന്ന വചനമുൾക്കൊണ്ട് ഉമ്മയെ ശുശ്രൂഷിക്കുന്ന ഒരു മകനെ കണ്ടെത്തിയതിന്റെ ചാരിതാർഥ്യവും എന്റെ മനസ്സിൽ നിറയുന്നു.

*****

മുറിവേറ്റവൾ...

അന്തിചുവപ്പ് പൂർണ്ണമായും മായുകയും മാനത്ത് ഒരായിരം നക്ഷത്രങ്ങൾ തെളിയുകയും ചെയ്തു. എന്നിട്ടും ഞാനിവിടെനിന്നും എഴുന്നേറ്റില്ല. മണ്ണ് പുതച്ച പർവ്വത ശിഖരത്തിൽ ധ്യാനലീനനായ യോഗിവര്യനെപ്പോലെ പേരറിയാത്ത മരത്തിന്റെ, സിമന്റ് പൂശിയ തറയിലിരുന്നു. എങ്ങും തങ്ങിനിൽക്കുന്ന മൂകതയിൽ രാത്രി മുഴുവനും അവിടെയിരുന്നാലും ആരും ചോദിക്കില്ല. ആ വലിയ മതിൽക്കെട്ടിനകത്ത് അനുവാദം കൂടാതെ സന്ധ്യക്ക് ശേഷം ആർക്കും വരാനാകില്ല.

പകൽ മാത്രമേ മെഡിക്കൽ വിദ്യാർത്ഥികൾ പഠനാവശ്യത്തിനായി വരാറുള്ളൂ. സ്ഥിര താമസക്കാരെല്ലാം സ്ഥാപനത്തിന്റെ നിയമങ്ങൾ പാലിക്കേണ്ടത് കൊണ്ട് ജീവിതം ഒരാവർത്തനം മാത്രമായിരുന്നു. എങ്കിലും ആ അന്തരീക്ഷവുമായി പൊരുത്തപ്പെടാനവർ വിമുഖത കാണിച്ചിരുന്നില്ല. നേരം ഏറെ വൈകുമ്പോഴും, അവിടെനിന്നും മറ്റൊരു ആശുപത്രിയിലേക്ക് കൊണ്ടുപോയ പെൺകുട്ടി ഇതുവരെ വന്നില്ലേ എന്ന ചിന്തയായിരുന്നു എന്നിൽ. പൂഴി വിരിച്ച മുറ്റത്തു എന്നുമവൾ ഓടിക്കളിക്കാറുണ്ട്. നീളമുള്ള പാവാടക്കുമേലെ ഒരു പോളിസ്റ്റർ ദാവണികൂടി ചുറ്റിയിട്ടുണ്ടാവുമവൾ. നെറ്റിയിൽ ഭസ്മക്കുറിയും. തെലുങ്ക് കുട്ടിയാണെന്ന് കഴുത്തിലെ വെളുത്ത മുത്തുമാല വിളിച്ചോതിയിരുന്നു. ശരീരത്തിനൊപ്പം വളരാൻ അവളുടെ ബുദ്ധി മടിച്ചുനിന്നു.

വിശ്വാസിയുടെ കണ്ണാടിയായിരുന്നു ആ മുഖം. അങ്ങനെ തന്നെ കാണാൻ ഏറെ ആഗ്രഹിച്ചു. നിഷ്കളങ്കമായ ആ പെരുമാറ്റം വാത്സല്യത്തിന്റെ കൈകൾ എന്നിലുണ്ടാക്കി.

പ്രായത്തിനൊത്ത പക്വതയില്ലായ്മ മുതലെടുക്കുവാനുള്ള നിഗൂഢ ഉദ്ദേശ്യം ഹൃദയത്തിലൊളിപ്പിച്ചുവെച്ചുകൊണ്ട് തെരുവിലലയുന്ന അനേകരുണ്ട് എന്ന് മനസ്സിൽ ആരോ ഓതിക്കൊണ്ടിരുന്നു. ആത്മവഞ്ചനയുടെ മുഖാവരണം അണിഞ്ഞവരായിരുന്നു അവരിലധികവും. മനുഷ്യന്റെ ഉള്ളിലുറഞ്ഞു കിടക്കുന്ന മാനുഷിക മൂല്യങ്ങൾ അവരിൽനിന്നും വേരറ്റു പോയിരുന്നു. അവർ ഒച്ചവെച്ചും പൊട്ടിച്ചിരിച്ചും കൈകൾ കോർ

ത്തുപിടിച്ചും തോളോടുതോളുരുമ്മിയും കടന്നുപോയി. എന്റെ മനസ്സി ലെ ഭീതി ഹൃദയത്തെ മുറിപ്പെടുത്തി. ആ മുറിവ്പൊട്ടി ചോരകിനിയു വാൻ തുടങ്ങി. അത്രത്തോളം അസ്വസ്ഥമാണെന്റെ മനസ്സ്. കാരണം ആറുമാസങ്ങൾക്കുമുമ്പ് ഒരു സന്ധ്യക്ക് അവൾ വളരെ പ്രയാസപ്പെട്ട് എന്റെ മുറിയുടെ മുമ്പിൽ നടന്നു വന്നപ്പോൾ ഞാൻ കണ്ടു, ക്ഷീണിച്ചു വിയർത്തൊഴുകി ഓരോ കാലടികളും മുന്നോട്ടെടുക്കാൻ പ്രയാസപ്പെ ടുന്ന അവളുടെ പാവാടയും കടന്ന് ദാവണിയിലും കുറെ രക്തം പുര ണ്ടിരിക്കുന്നു. എന്ത് സംഭവിച്ചു എന്ന ചോദ്യത്തിന് വ്യക്തമായൊരു മ റുപടി പറയാൻ അവൾക്കറിയില്ലായിരുന്നു. സ്പെഷ്യൽ കെയർ വേണ്ട കുട്ടികളായതുകൊണ്ട് അവരെ നോക്കാൻ പ്രത്യേകം ആയമാരെ നിയ മിച്ചിരുന്നു. ആയമാരുടെ വേണ്ടത്ര ശ്രദ്ധ അവർക്ക് കിട്ടുന്നില്ലെന്നുറപ്പാ യി. ഗൈനക്കോളജിസ്റ്റിനെ കൊണ്ട് പരിശോധന നടത്തിയപ്പോഴാണ് അക്കാര്യമറഞ്ഞത്.

അവളുടെ അഴകാർന്ന ശരീരം സ്നേഹം നടിച്ചു വശത്താക്കി നിഷ് കരുണം പിച്ചിച്ചീന്തപ്പെട്ടിരിക്കുന്നു. ബുദ്ധിയും വിവേകവും ഇല്ലാത്ത തുകൊണ്ട് ആരെയും പേരു പറഞ്ഞ് ചൂണ്ടിക്കാണിക്കാനവൾക്കറിയി ല്ലായിരുന്നു. അപ്പോഴും എവിടെയൊക്കെയോ ബാല്യത്തിന്റെ സ്പന്ദന

ങ്ങൾ ഒളിപ്പിച്ചിരിക്കുന്നു. ആ സുതാര്യത തികച്ചും അവളുടെ ജീവിതത്തെ ഭാരരഹിതമാക്കിയിരിക്കുന്നു. ശരീരത്തിലെ ഹോർമോണിന്റെ കുതിപ്പ് കാരണം അവൾ വലിയൊരു സ്ത്രീയായി കാണപ്പെട്ടുവെങ്കിലും രതിഭാവം എന്തെന്നറിവില്ലായിരുന്നു. അതുകൊണ്ട് തന്നെ അവൾ അമ്മയാകാൻ പോകുന്നു എന്ന് പറഞ്ഞതിന്റെ ആന്തരികാർത്ഥ തലങ്ങളിലേക്ക് കടക്കാനും അവൾക്കായില്ല. ഇങ്ങനെ ഇടക്കിടെ ഇവൾ പീഡനത്തിനിരയാവുന്നു എന്ന് മനസ്സിലാക്കുമ്പോഴേക്കും ഏറെ വൈകിയിരുന്നു. ഒരു കുഞ്ഞിനെ പരിപാലിക്കാനുള്ള അറിവും കഴിവും അവൾക്കില്ലാത്തതുകൊണ്ട് അവളുടെ ഉള്ളിൽ വളരുന്ന ജീവനെ നശിപ്പിക്കാനവർ തീരുമാനിച്ചു. ആ സ്ഥാപനത്തിന്റെ നിലനിൽപ്പിനും അതത്യാവശ്യമായിരുന്നു. എല്ലാം കഴിഞ്ഞു തിരിച്ചുവന്നപ്പോൾ അവളെന്നോട് പറഞ്ഞു. എന്റെ വയറ്റിൽ ഒരു വലിയ മുഴയുണ്ടായിരുന്നു, അതെടുത്തുമാറ്റി, അല്ലെങ്കിൽ ഞാൻ മരിച്ചുപോയേനേയെന്ന്.

എന്റെ കണ്ണുകൾ നിറഞ്ഞൊഴുകി. ഒരു കുടുംബത്തെ കുറിച്ചും കുട്ടികളെ കുറിച്ചും വർണ്ണശബളമായ സ്വപ്നങ്ങൾ കൊണ്ട് ജീവിതത്തെ അലങ്കരിക്കേണ്ട പ്രായത്തിൽ നിന്നെ അലങ്കരിച്ചത് തലതിരിഞ്ഞ പുരുഷാധിപത്യത്തിന്റെ, ഭ്രാന്തമായ ആവേശത്തിന്റെ പ്രതിഫലനമായിരുന്നു. ചില സ്വഭാവ വൈകൃതങ്ങൾ നിന്നിൽ ആനന്ദ നൃത്തം ചവിട്ടിയതായിരുന്നു എന്നു പറയാൻ എനിക്കാവാത്തതുകൊണ്ട് ഞാനവളെ ചേർത്തു പിടിച്ചു.

*****

അൽക്ക

ചന്ദ്രനുദിച്ചതുപോലെ ചിരിക്കാൻ കഴിയുക, അതും എപ്പോഴും ഒരു മാറ്റവുമില്ലാതെ ചിരിച്ച മുഖത്തോടെയിരിക്കുക... ഇതൊക്കെ വലിയ അനുഗ്രഹമാണ്. കാണുമ്പോഴെല്ലാം അൽക്ക അങ്ങനെയാണ്. പതിനേഴു വയസ്സു പ്രായം, അവൾക്കും ഒരു മോഹം. സാരിയുടുക്കണം, ഹിന്ദി സിനിമാനടിമാരെപ്പോലെ. അത്തവണ നാട്ടിൽനിന്ന് പോരുമ്പോൾ ഞാനവൾക്ക് ഒരു സാരി കൊണ്ടുവന്നു കൊടുത്തു.

നവമാധ്യമങ്ങളുടെ കാലമായതുകൊണ്ട് സാരി എങ്ങനെ ഉടുക്കണമെന്ന് പഠിക്കാനവൾക്ക് പ്രയാസമുണ്ടായില്ല. ഇന്ത്യാക്കാരുടെ മുടിയഴക് ഒരു രഹസ്യമായി ഞാൻ സൂക്ഷിക്കുന്നു എന്ന പരാതിക്ക് വിരാമമിടാൻ കയ്യോന്നിയും കേശ തൈലവുമെല്ലാം ഞാൻ എത്തിച്ചുകൊടുത്തു. അങ്ങനെ അവൾ ഓരോദിവസവും അവളുടെ മുടിയുടെ വളർച്ച ഒരു വാനനിരീക്ഷകനേക്കാൾ സൂക്ഷ്മതയോടെ നിരീക്ഷിച്ചുപോന്നു. ഒരിക്കൽ അവളെന്നോട് പറഞ്ഞു. എനിക്ക് പൊറോട്ടയും ബിരിയാണിയും വേണമെന്ന്. അങ്ങിനെ ഇന്ത്യൻ ഭക്ഷണത്തോടുള്ള പ്രിയം അണപൊട്ടിയൊഴുകി. ഇന്ത്യ മുഴുവൻ ചുറ്റിക്കണ്ട് ഗ്രാമങ്ങളിൽ പോയി താമസിക്കുക എന്നതായിരുന്നു അവളുടെ ഏറ്റവും വലിയ ആഗ്രഹം. വേനലവധികളിൽ എന്റെ യാത്രകളെ അസൂയയോടെ അവൾ നോക്കിക്കണ്ടു എന്ന് മാത്രമല്ല, അമിതാഭ് ബച്ചനു കൊടുക്കാൻ ധാരാളം മുത്തങ്ങൾ എന്റെ നിറം മങ്ങിയ കവിളുകളിൽ തന്നുവിട്ടു. എന്നാൽ ഒന്ന് പോലും കൊടുക്കാതെ പാഴാക്കി കളയുന്നു എന്നവളോട് പറഞ്ഞില്ല. പകരം മറ്റുവിഷയങ്ങൾ പലതും ഞങ്ങൾ സംസാരിച്ചു. അവളുടെ മുഖം കാണുമ്പോഴെല്ലാം ഒരു ഇന്തോനേഷ്യൻ ഛായ തോന്നിയിരുന്നു. എന്നാൽ വലിയ കുടുംബത്തിലെ സൗദിയുടെ മകളെന്ന നിലയിൽ എനിക്കെന്തെങ്കിലും ചോദിക്കാനുള്ള വിവേകമില്ലായ്മ കാണിക്കാനായില്ല. കൂടാതെ എട്ടുമക്കളുള്ള സൗദി ഇപ്പോഴും കൂടെ കൊണ്ടുവരുന്നത് അൽക്കയെ മാത്രമാണ്. എവിടെയൊക്കെയോ ഒരു പ്രത്യേക ഇഷ്ടം പോലെ......

അവധിക്കു ഞാൻ പോയി വരുമ്പോൾ അവൾക്കിഷ്ടപ്പെട്ട പലഹാര

ങ്ങളുമായി വന്നു. പക്ഷെ അതൊന്നും ഉപയോഗിക്കാനാകാത്ത വിധം ആ ശരീരം മാറിയിരിക്കുന്നു. എങ്കിലും മനസ്സ് സജീവമായിരുന്നു. വേദന കൂടുമ്പോൾ അല്പം മിണ്ടാതിരിന്നിട്ട് വീണ്ടും വർത്തമാനവും പൊട്ടിച്ചിരിയുമാരംഭിക്കും. വളരെ ക്ഷീണിച്ചു, കവിളൊട്ടി എല്ലുമുഴച്ചു കാണും വിധം മാംസപേശികൾ ചുരുങ്ങിയിരുന്നു. എന്നിട്ടും പറയുന്നത് ഏകാന്തമായി സഞ്ചാര സ്വാതന്ത്യം നഷ്ടപ്പെട്ട് ഇവിടെ നിൽക്കുന്നതിനേക്കാൾ നല്ലത് നിന്റെ രാജ്യത്ത് തിരക്ക് പിടിച്ച നഗരങ്ങളിൽ പോയി തിരമാലപോലെ ഒഴുകുന്ന ജനങ്ങൽക്കിടയിൽ ഒരണുവായി തീരുന്നതാണ് സംതൃപ്തിയെന്ന്..

അവളുടെ മനസ്സും ശരീരവും നിരന്തരമായ മാറ്റങ്ങൾക്കും തിരുത്തലുകൾക്കും മുറവിളി കൂട്ടുന്നത് കാണുന്നില്ലെന്ന് നടിക്കാനെനിക്കാവില്ലായിരുന്നു. അല്ലെങ്കിൽ സ്വന്തം മനസ്സ് പറയുന്നതിനനുസരിച്ച് ജീവിക്കാനാഗ്രഹിക്കുന്ന ഒരു പരീക്ഷണശാലയായിരുന്നു അവൾ. എന്നാൽ ജനിച്ച രാജ്യത്തിന്റെ സാമാന്യ നിയമങ്ങൾക്കു മുന്നിൽ അവരുടെ സ്വാതന്ത്ര്യേച്ഛയുടെ പ്രകടനങ്ങൾ വൈരുദ്ധ്യം നിറഞ്ഞതാണെന്ന് മതത്തിന്റെ ചട്ടക്കൂടുകൾ ഓർമ്മപ്പെടുത്തി ക്കൊണ്ടേയിരിക്കും. വീണ്ടും വീണ്ടും

ഒരു പുനർവിചാരണക്കും സ്വയം നവീകരണത്തിനുമായുള്ള സമയം അവൾക്കുണ്ടായിരുന്നില്ല. കാച്ചിയ എണ്ണ തേച്ചുവളർത്തിയ അവളുടെ മുടിയിഴകൾ കൊഴിഞ്ഞു വീണു തീരുന്നതിനു മുന്നേ എല്ലാം വടിച്ചെടുത്ത് ഒരു പാവയുടെ മുടിയാക്കി വെച്ച് ആസ്വദിച്ചുകൊണ്ടിരുന്നു. മനുഷ്യ ശരീരത്തിനകത്തെ മാറ്റങ്ങളെ കണ്ടെത്താൻ ഒരു ശാസ്ത്രത്തിനുമാവില്ലെന്ന് അന്നെനിക്ക് ബോധ്യമായി. അല്ലെങ്കിൽ വെറും പത്തുദിവസത്തെ എന്റെ ക്രിസ്തുമസ്സ് അവധികഴിഞ്ഞ് വരുമ്പോഴേക്കും അവൾക്കിത്ര മാറ്റം വരേണ്ടിയിരുന്നില്ലല്ലോ. യാതൊരു ലക്ഷണങ്ങളും പ്രകടിപ്പിക്കാതിരുന്ന അൽക്കയെ കാൻസർ കാർന്ന് തിന്നുന്നുണ്ടായിരുന്നു എന്ന് എങ്ങിനെ ചിന്തിക്കാനാവും? അതിനേക്കാളുപരി അവളുടെ അടുത്തുനിന്നും മാറാതെ നിന്നിരുന്ന ആ അമ്മയുടെ ഹൃദയം നുറുങ്ങുന്ന തേങ്ങലായിരുന്നു വിതുമ്പിക്കൊണ്ടിരുന്നത്. അതുകൊണ്ട് മാത്രമാണ് ഞാൻ ചോദിച്ചത് ഈ മകൾ മാത്രമാണല്ലോ എപ്പോഴും അമ്മയുടെ കൂടെ വരുന്നത് മറ്റു മക്കളാരും വരാറില്ലല്ലോ? അതിനുള്ള മറുപടി അവർ പറഞ്ഞത് എന്നെ മാറ്റി നിർത്തിക്കൊണ്ടായിരുന്നു.

അൽക്ക ഞാൻ പ്രസവിക്കാത്ത എന്റെ മകളാണ് പതിനേഴു വർഷം ദൈവം എന്നെ നോക്കാനേൽപ്പിച്ച മകൾ. അവൾ അവിവാഹിതയായിരുന്നു. എന്റെ വീട്ടിൽ ജനിച്ചകുഞ്ഞ്. ആ കുഞ്ഞിനെ അവളുപേക്ഷിക്കാൻ പോകുമ്പോഴാണ് ഞാൻ കാണുന്നത്. ഉപേക്ഷിക്കാനനുവദിച്ചില്ല. അവളെ നാട്ടിലേക്ക് പറഞ്ഞുവിട്ട് അൽക്കയെ മകളായി കൂട്ടി.

മരണമില്ലാത്ത ഒരു ലോകത്തെ എന്റെ മനസ്സിൽ ഇനിയുമവൾ വളരും. മനുഷ്യമനസ്സിനെ അളക്കാൻ ലോകത്തിന്നുവരെ ഒരു ഉപകരണവും കണ്ടുപിടിച്ചിട്ടില്ല. ചിലരുടെ ഉള്ളിലെരിയുന്ന ദൈവികഭാവമെന്ന വെളിച്ചമൊഴികെ....

*****

മക്കളേ, നിങ്ങളെത്ര നിർഭാഗ്യവാന്മാരാണ്...

നീണ്ടുനിവർന്നുകിടക്കുന്ന ആശുപത്രി വാർഡ്. അവിടെ രോഗികളുണ്ടായിരുന്നില്ല. പകരം, മരണത്തെ പ്രണയിക്കുന്ന കുറേ മനുഷ്യർ. അവരുടെ ഞരക്കത്തിനും മൂളലിനുമെല്ലാം മരണത്തെ പ്രതീക്ഷിക്കുന്ന മൂളിപ്പാട്ടിന്റെ ഈണമായിരുന്നു. ഉറ്റവരാൽ ഉപേക്ഷിക്കപ്പെട്ടവരുടെ ആലയമായിരുന്നു ആ വാർഡ്. അവിടെ ഒരു നിത്യക്കാഴ്ച്ചക്കാരിയായി ഞാനും.

സമ്പന്നതയുടെ മടിത്തട്ടിൽ ജീവിക്കുന്നവർക്ക് തിരക്കുകളുടെയും സ്വാർത്ഥതയുടെയും സാധ്യതകളുടെയും വഴിതുറക്കുമ്പോൾ മാതാപിതാക്കൾ ഭാരമാകുന്നു. മാതാപിതാക്കൾ നിത്യരോഗികളാകുമ്പോൾ ഒരു ഒഴിവാക്കൽ അനിവാര്യമെന്ന് അപക്വവും ക്രൂരവുമായ മനസ്സുകൾ ഓതിക്കൊണ്ടിരിക്കും. നടതള്ളലിന് അവർ കണ്ടെത്തുന്ന ഒരിടം ആശുപത്രിയാണ്. അവിടെ അവരെ നോക്കാനാളുകളുണ്ടാവും.

മാതാപിതാക്കളെ സ്ഥിരമായി ആശുപത്രിയിൽ കൊണ്ടുപോയി തള്ളുന്നവരുണ്ട്. മാതാപിതാക്കളെ ആശുപത്രികളിൽ അന്തേവാസികളാക്കിയപ്പോൾ മക്കൾ ആഹ്ലാദിച്ചു. ഇപ്പോഴവരുടെ സ്വകാര്യ നിമിഷങ്ങൾക്ക് ദൈർഘ്യം കൈവന്നിരിക്കുന്നു. ഇങ്ങനെയാണ് ഉറ്റവരാൽ തള്ളപ്പെട്ട ഇരുപത്തഞ്ച് കിടപ്പു രോഗികളെ എനിക്കും ലഭിച്ചത്. ഓരോ ദിവസവും ഞാൻ പ്രതീക്ഷിക്കും. ആരെങ്കിലും അവരെ കാണാൻ വരുമെന്ന്. എന്നാൽ ദു:ഖസാന്ദ്രമായ ജീവിതരാഗങ്ങളിൽ ഒഴുകിക്കൊണ്ടിരുന്ന അവരുടെ സ്നേഹം അനുഭവിക്കാൻ ഭാഗ്യം ലഭിച്ചത് ഞങ്ങൾക്കായിരുന്നു. മക്കളാരും വന്നില്ല.

ഓർമ്മകൾ മാത്രമായിരുന്നു അവർക്ക് കൂട്ടുണ്ടായിരുന്നത്. വീടും മുറ്റവും മക്കളുടെ സ്നേഹവും പേരമക്കളുടെ കുസൃതിയുമെല്ലാം അവരുടെ ഓർമ്മകളിൽ കൂടാരം കെട്ടി. ഒരിക്കലും തിരിച്ചുചെല്ലാനാകില്ല എന്നറിഞ്ഞിട്ടും അവർ സ്വപ്നങ്ങളിൽ സ്വന്തം കിടപ്പറ വാതിലുകളിൽ വി

രലുകളില്ലാതെ മുട്ടി. തുറക്കില്ലെന്നറഞ്ഞ് തിരിച്ചുവന്നു. ദിവസവും ഇതാവർത്തിക്കും പിന്നീടവർ നീണ്ടമുറികളിലെ സുഹൃത്തുക്കളുമായി കണ്ണുകൊണ്ട് സംസാരിച്ചു. രാത്രിയും പകലും അവരറിഞ്ഞതേയില്ല. വർഷങ്ങൾ പോയതുമറിഞ്ഞില്ല. നോമ്പിനും പെരുന്നാളുകൾക്കും മാത്രമായി മക്കളുടെ വരവ്. ചിലർ അപ്പോഴും വന്നില്ല. പക്ഷെ, പരാതിയുടെയോ, പരിഭവത്തിന്റേയോ ഒരു മൂളൽ പോലും ഒരമ്മ ഹൃദയത്തിൽ നിന്നുമുയർന്നില്ല.

നിലാവില്ലാത്ത കനത്ത ഇരുട്ടുപിടിച്ച രാത്രിയുടെ യാമങ്ങളിൽ കാലൻ കോഴികൾ കൂവാനില്ലാതെ നായ്ക്കളുടെ ഓരിയിടലില്ലാതെ നിശ്ശബ്ദമായ പാദപതനത്തോടെ അവിടേക്ക് മരണം മാത്രം കടന്നുവന്നു. പ്രണയപാരവശ്യത്തോടെ അവർ മരണത്തെ ഇരുകൈകളും കൊണ്ട് സ്വീകരിച്ചു. മരണത്തേക്കാൾ വലുതവർക്കെന്തുണ്ട് വേറെ. മരണം നോക്കി കിടക്കുമ്പോഴും അവരുടെ മുഖത്ത് പുഞ്ചിരിയുണ്ടായിരുന്നു. ആ ചുവരുകൾക്കുള്ളിൽ ഒരു മരണം കഴിഞ്ഞപ്പോൾ മറ്റുള്ളവരെല്ലാം ആശ്വസിച്ചു. ഇനിയും രോഗത്തിന്റെ വേദന സഹിക്കേണ്ടല്ലോ. അടുത്ത ദിവസവും അവിടേക്ക് ഒരു മരണമെത്തി. എല്ലാവരേയും മിഴിച്ചു നോക്കി ആ മിഴികളടഞ്ഞു. അവർ നോക്കിയത് ഞങ്ങളെയാരെയുമായിരുന്നില്ല. മനസ്സിന്റെ ശമിക്കാത്ത മോഹവുമായി അവർ തിരഞ്ഞത് സ്വന്തം മക്ക

ളിലാരെയെങ്കിലുമായിരുന്നു. പാലൂട്ടിയ മുലകളും മുത്തം കൊടുത്ത ചുണ്ടുകളും ഒരു നിമിഷം വിറച്ചുകൊണ്ട് കടന്നുപോയി. എരിയുന്ന നെഞ്ചിലെ കനലണഞ്ഞു. ആശുപത്രയിൽനിന്നും കുളിപ്പിച്ച് ശുദ്ധിയാക്കിയ ആ ശരീരം ഖബറിലേക്കെടുത്തു. ആളൊഴിയുന്നതിനനുസരിച്ച് പുതിയ അന്തേവാസികളെത്തിക്കൊണ്ടേയിരുന്നു. മരണത്തിനും ജനനത്തിനും ഇടവേളകളുണ്ടാകാറില്ലല്ലോ.

ജീവിതം ഇങ്ങനെയൊക്കെയാണ്. പ്രതീക്ഷിക്കാത്ത നേരത്ത് ഓരോ അത്ഭുതങ്ങൾ നൽകി മനുഷ്യനെ വിഭ്രമിപ്പിച്ചുകൊണ്ടിരിക്കും. അതാണ് ജീവിതം.

വാർഡുകളിൽ മരണം പതിവുകാരാകുന്നത് സഹ ഡോക്ടറെ പോലും പേടിപ്പിച്ചു. തൊണ്ട വരളുന്നു. പ്രേതത്തെ കാണുന്നു. ദേഹം തളരുന്നു. മുമ്പ് മരിച്ച ഒരു മാമയുടെ പ്രേതം കൂട്ടുകാരെ ഓരോരുത്തരെയായി കൊണ്ടുപോകാൻ വരുന്നു എന്നിങ്ങനെയൊക്കെ അവർ വിശ്വസിച്ചു. അവരുടെ വിശ്വാസം സ്ഥിരീകരിക്കാനെന്നവണ്ണം അടുത്ത ദിവസവും ഒരു മരണമെത്തി. അവധിയെടുത്ത് അവർ സ്വന്തം നാടായ ഈജിപ്തിലേക്ക് പോയി. ഡോക്ടറുടെ പേടി നഴ്സുമാരിലേക്കും പടർന്നുകൊണ്ടിരുന്നു. ആശുപത്രിവാർഡ് ഒരു ഭക്താലയമായി. അവർ പ്രേതം വരാതിരിക്കാനായി പ്രാർത്ഥിച്ചുകൊണ്ടേയിരുന്നു.

മാതാപിതാക്കളെ നടതള്ളിയവരപ്പോഴും സുഖിച്ചിരിക്കുന്നുണ്ടാകണം. ചില മനുഷ്യർ ജനിക്കും പോലെ വിശുദ്ധരായിരിക്കും മരിക്കുന്ന നേരത്തും. ജനിക്കുന്ന നേരത്തുള്ള ചിരി മരിക്കുന്ന നേരത്തും അവരുടെ ചുണ്ടുകളിലുണ്ടാകും. ആ ചിരി കാണാനാകുക എന്ത് ഒരു ഭാഗ്യമാണ്. ആ ഭാഗ്യം കാണാതെ പോകുന്ന മക്കളേ, നിങ്ങളെത്ര നിർഭാഗ്യവാന്മാരാണ്....

*****

ഭിക്ഷക്കാരനും അയ്യങ്കാരും

കടലാഴങ്ങളിൽ നിന്നുള്ള ഇരമ്പൽ ദാഹാർത്തയായ കടലമ്മയുടെ സ്നേഹപരിലാളനത്തിനുള്ള നിലക്കാത്ത ദാഹമാണ് എന്നവൾ എങ്ങിനെയോ മനസ്സിലാക്കിയിട്ടുണ്ട്. അതിനുള്ള പ്രതിഭാവൈപുല്യവും ബുദ്ധികൂർമ്മതയും അവൾക്കുണ്ടായിരുന്നു. അന്ധയായ അവളുടെ അരികിൽ ഒരു കുടന്ന മുല്ലപ്പൂവുമായി അയാൾ വന്നിരുന്നു. അയാൾക്കവളോടുള്ള അതിയായ പ്രണയം അറിയിക്കാൻ വേണ്ടിയായിരുന്നു ആ വരവ്. കുറച്ചു നേരത്തെ നിശ്ശബ്ദതയെ മുറിച്ചുകൊണ്ടവൾ മൊഴിഞ്ഞു.

“ഇരിക്ക് വേണ്വേട്ടാ. എന്തിനാ നിൽക്കുന്നത്?”

അവളുടെ ഹൃദയം കവരാനെത്തിയ ചോരനെ നിഷ്കരുണം കൈയോടെ പിടികൂടിയ നീലുവിന്റെ ഉൾക്കണ്ണുകളിലെ തിളക്കമായിരുന്നു അത്. രണ്ടുമുഴം മുല്ലപ്പൂവാങ്ങി മുടിയിൽ ചൂടിത്തരാൻ വരുന്ന പുരുഷനായിരിക്കും അടുത്ത ദിവസം തന്റെ തോളിലൂടെ മാറിലേക്കു കൈകൾ നീട്ടുന്നവൻ എന്നറിയാൻ ഒരു സ്ത്രീക്കു കാഴ്ചശക്തിയുടെ ആവശ്യമില്ല.

“പതിനാലാമത്തെ വയസ്സിന്റെ ആദ്യപാതിയിൽ ഒരു വലിയ സ്ത്രീയെപോലെ സംസാരിക്കുന്ന ഈ വായാടിത്തം നിങ്ങൾക്ക് അസഹ്യമാകും.” അവൾ പറഞ്ഞു തുടങ്ങി. “എനിക്ക് പറയാതിരിക്കാനാവില്ല. ആറാമത്തെ വയസ്സിൽ തുടങ്ങിയതാണ് ഞാൻ പുരുഷനെ അറിയാൻ. എന്നിട്ടും ഓരോ പുതിയ തെരുവുകളിൽ ഉറങ്ങുമ്പോഴും രാവിലെയാകുന്നത് വരെ ഞാൻ സ്വപ്നങ്ങൾ കണ്ടു. നിറങ്ങളുള്ള സ്വപ്നങ്ങൾ. ഓരോ സ്വപ്നവും എനിക്ക് ഓരോ പുനർജന്മമായിരുന്നു. ആ സ്വപ്നങ്ങളിലും ഞാൻ ജീവിതം ആസ്വദിച്ചു. പിന്നീട് ഓരോ അപരിചിതൻ എന്നെ തഴുകുമ്പോഴും മരണത്തിന്റെ ഗന്ധം ഞാൻ അനുഭവിച്ചു. സ്ത്രീയുടെ ബാല്യവും കൗമാരവും കൊന്നൊടുക്കുന്ന വെള്ളയടിച്ച കുഴിമാടങ്ങളായിരുന്നു എനിക്കവർ. എന്റെ സംഘർഷങ്ങളെ അവർ പട്ടുടയാടയാക്കി. വെറ്റിലപാക്ക് പോലെ അവരെന്നെ ചവച്ചുതുപ്പി. ലോകം കണ്ടിരുന്ന എന്റെ കണ്ണുകളെ അന്ധതയുടെ ആഴിയിലേക്കു തള്ളിയിട്ടു.”

അന്ധമായ എന്റെ കണ്ണുകളെ നോക്കിക്കൊണ്ടു നിങ്ങളെന്നോടു പറയുന്നു. കാട്ടുചോലയിലെ മാൻപേട പോലെയാണ് എന്റെ നയനങ്ങളെന്ന്. ഒരു കുരുടിയുടെ കണ്ണിന്റെ സൗന്ദര്യം ഇത്രമാത്രം വർണ്ണിച്ച ഒരു പുരുഷനും ലോകത്ത് കാണില്ല. എനിക്ക് നിങ്ങളെ കാണാനാവില്ല. പക്ഷെ അറിയാൻ സാധിക്കുന്നുണ്ട്. നിങ്ങളുടെ സാമീപ്യം , ഗന്ധം, ശ്വാസം, നിഗൂഢമായ പുഞ്ചിരി, ഓരോ വരവുകളുടെയും ഉദ്ദേശ്യം, വാക്കുകളിലെ ആന്തരികാർഥതലങ്ങൾ ചെന്നെത്തുന്ന മേഖലകൾ.... എല്ലാം ..എല്ലാം..

നിങ്ങളെന്നെ കാണുമ്പോഴും നിങ്ങൾക്കെന്ന കുറിച്ച് ഒന്നും അറിയില്ല. എന്റെ കണ്ണിലെ ദ്രവിച്ചു വേരറ്റുപോയ ചോരയും നീരുമില്ലാത്ത ഞരമ്പുകൾ, ശ്രുതിമധുരമായി പാടിക്കൊണ്ടിരിക്കുമ്പോഴും കഠിനദു:ഖം കൊണ്ട് തളർന്നുപോകുന്ന തൊണ്ടയിലെ പേശികൾ.

തങ്കൾക്ക് എന്നെപറ്റി ഒന്നും അറിയില്ല. പരസഹായമില്ലാതെ ഞാൻ വസ്ത്രം കഴുകുന്നു. വീട്ടുജോലികൾ ചെയ്യുന്നു. എന്റെ എല്ലാ കാര്യങ്ങളും ഞാൻ സ്വയം ചെയ്യുന്നു. എന്നെപ്പോലെ ഒരു സ്ത്രീയെ സ്നേഹം നടിച്ചു വലയിൽ വീഴ്ത്താൻ എളുപ്പമാണെന്ന് എന്ന് നിങ്ങൾ മനസ്സിലാക്കിവെച്ചിരിക്കുന്നു. അതാണ് നിങ്ങളെന്നോടു കാണിക്കുന്ന പ്രേമപ്രകടനമെന്നറിയാം. പക്ഷെ ഇനിയും ഞാൻ വഞ്ചിക്കപ്പെടുമെന്നു വിചാരിക്കരുത്. ആറാമത്തെ വയസ്സിൽ ഭിക്ഷക്കു വന്നയാൾ മിഠായിതന്ന്

മയക്കി ദൂരെ എങ്ങോ കൊണ്ടുപോയി കൈകാലുകൾ കെട്ടിയിട്ട് കണ്ണിൽ കള്ളിപ്പാലൊഴിച്ച് എന്നെ അന്ധയാക്കി. കാഴ്ച്ചകളൊരിക്കലും ഇനി എന്റെയടുത്തേക്ക് മടങ്ങി വരില്ല. ഭിക്ഷക്കാരനും സ്നേഹം പ്രകടിപ്പിച്ചു തന്നെയാണ് എന്നോടിതു ചെയ്തത്. ഭിക്ഷക്കു കൊണ്ട് നടക്കുമ്പോഴും സ്നേഹം നടിച്ചു. രാത്രികളിൽ കടത്തിണ്ണകളിൽ അന്തിയുറങ്ങുമ്പോഴും ബസ്സ്റ്റാന്റിൽ അലഞ്ഞു നടക്കുമ്പോഴും ശക്തരും കരുത്തരുമായ ആണുങ്ങൾ എന്നോട് സ്നേഹം കാട്ടിയിരുന്നു. സഹിക്കവയ്യാതെയാണ് ഞാൻ ഓടിപ്പോയത്. പാലും ബിസ്ക്കറ്റും പച്ചക്കറിയും ദോശയും മാത്രം കഴിച്ചിരുന്ന അയ്യങ്കാരു പെൺകുട്ടിക്ക് പല്ലിയും പാറ്റയും, ചത്ത എലിയെയും വരെ തിന്നാൻ തരുന്ന ഭിക്ഷക്കാരൻ. അയാളും എന്നെ സ്നേഹിച്ചിരുന്നു. എന്തിനൊക്കെയോ വേണ്ടി സ്നേഹിച്ചിരുന്നു. സ്മൃതികളുടെ ഈ മൺകൂന എനിക്ക് മാത്രം സ്വന്തമാണ്. നീയത് തട്ടിയെടുക്കാൻ ശ്രമിക്കരുത്. മുയലിന്റെ മാളത്തിലൊളിച്ച് മാളത്തിന്റെ മുഖം മണ്ണുകൊണ്ട് മൂടുംപോലെ ഞാനെന്റെ ഓർമ്മകളെ മനസ്സിന്റെ അടിത്തട്ടിൽ മണ്ണിട്ടു മൂടിയിരിക്കുന്നു. അതിനെ മാന്തി പുറത്തെടുക്കരുത്. എന്റെ ഓർമ്മയിലെ ഗായത്രിമന്ത്രവും കോലംവരച്ച മുറ്റവും എല്ലാം സ്വന്തം മനസ്സിന്റെയും ശരീരത്തിന്റെയും ഭൂതകാലവുമായി ബന്ധപ്പെട്ട അബോധചോദനകളാണ്. ഇപ്പോൾ എനിക്കു സ്വപ്നങ്ങളില്ല. ഇവിടെ ജീവിതം മാത്രമാണുള്ളത്. സ്വപ്നം കാണാൻ പോലും മറ്റുള്ളവരുടെ അനുവാദം തേടേണ്ട ഒരു ലോകത്താണ് ഞാനിന്ന്. എവിടെ പോവണം, എന്ത് ചെയ്യണമെന്നറിയാതെ നിൽക്കുമ്പോഴാണ് അവസാന അത്താണിയായി ഇവിടെ എന്നെ എത്തിക്കുന്നത്. ആരെന്നോ എന്തിനെന്നോ ഒന്നും എനിക്കറിയില്ലായിരുന്നു. ഇപ്പോൾ എന്റെ ജീവിതം പാടെ മാറി. ബ്രെയിൽലിപിയിൽ എഴുതുന്നു, വായിക്കുന്നു. പലരും എന്റെ ജീവിതത്തെ നിയന്ത്രിക്കുന്നു. പ്രർത്ഥനകൾ പഠിപ്പിക്കുന്നു. പക്ഷെ എന്നെക്കുറിച്ചുള്ള കെട്ട ഓർമ്മകൾ ഇന്നും എന്നെ വിടാതെ പിന്തുടരുന്നു. എന്നെ കൊണ്ട് വരുമ്പോൾ എന്റെ ദേഹത്തുണ്ടായിരുന്ന അന്യപുരുഷന്മാരുടെ മണം ഇപ്പോഴും എന്റെ ഉറക്കം നഷ്ടപ്പെടുത്തുന്നു. കെട്ടിപ്പൊക്കിയ വലിയ മതിൽ കെട്ടിനകത്തും ഒരു കാറ്റായി അത് കടന്നു വരുന്നു. ഇനിയും നിങ്ങളെന്നെ സ്നേഹിക്കുമോ? എങ്കിൽ എന്തിനു വേണ്ടി?

എന്റെ ശരീരത്തിന്മേൽ ആധിപത്യം സ്ഥാപിക്കാനോ? ആരും എന്നെ സ്നേഹിക്കുന്നു എന്ന് പറയരുത്. ആ സ്നേഹത്തിന്റെ അതിക്രൂരമായ വന്യത ഞാൻ അനുഭവിച്ചു കഴിഞ്ഞു. ഇനിയും അതുവേണ്ട.

ഏറെ നേരത്തെ മൗനം മുറിച്ചുകൊണ്ട് അയാൾ പറഞ്ഞു. "നിന്നെ ഇവിടെ കൊണ്ട് വന്നാക്കിയതിൽ ഒരാൾ ഞാനാണ്. അന്ന് ഞാൻ ജോലി ചെയ്തിരുന്ന സ്ഥലത്ത് നിന്ന് മാറി ഇവിടെ ഡ്രൈവറായതാണ്. എന്നും നിന്നെ കാണാൻ. എനിക്ക് വഴിയിൽ നിന്നും വീണുകിട്ടിയ നിധി ആരും കൊണ്ടുപോകാതെ കാക്കാൻ. നിനക്ക് പ്രായപൂർത്തിയാവുമ്പോൾ എന്റെ ജീവന്റെ പാതിയായികൂടെക്കൂട്ടാൻ. അതിനു വേണ്ടി ഞാൻ എന്റെ മലയോര ഗ്രാമത്തിൽ പോലും പോകാതെ ഈ ചാമരാജ നഗറിൽ മാത്രം തങ്ങുന്നു. ലോകം നിന്നോട് ചെയ്ത ക്രൂരതക്കു പകരമായി ഞാനെന്റെ ജീവിതം നിനക്കായ് അർപ്പിക്കുന്നു. ഇനിയും നന്മവറ്റാത്ത പുരുഷന്മാരുള്ള ലോകത്തിൽ ഒരാളായി."

*****

ജീവിതരേഖ

നക്ഷത്ര സദൃശമായ തന്റെ അമ്മയെയൊഴികെ മറ്റാരെയും ജീന തന്റെ ജന്മാന്തര സ്വപ്നങ്ങളിലേക്ക് കൊണ്ടുവന്നിരുന്നില്ല. അത്തരം സ്വപ്നം വെറും അയാഥാർത്ഥ്യമാണെന്ന് അവൾക്കറിയാമായിരുന്നു. കാപട്യ രഹിതമായ ഭാഷ മാത്രമേ അവൾക്കു സംസാരിക്കാനറിയൂ. എങ്കിലും ജീവിതം വിദ്വേഷത്തിന്റെയും വെറുപ്പിന്റെയും എരിതീയിലിട്ടു തന്നെ ഇഞ്ചിഞ്ചായി കൊല്ലുകയാണെന്ന് പറയാനവൾക്ക് ഭയമായിരുന്നു. പതിമൂന്നു വയസ്സ് പ്രായമായെങ്കിലും ദാരിദ്ര്യം കൊണ്ടു ഉണങ്ങിപ്പോയ അവളുടെ മാംസമില്ലാത്ത ശരീരത്തിലെ വെളുത്ത തൊലി എല്ലിനോടൊട്ടി കിടക്കുന്നു. നാളുകളായി എണ്ണ കാണാത്ത തലമുടി വേനൽകാലത്തെ ഉണങ്ങിയ കറുക പുല്ലുപോലെ ചെമ്പു നിറം ബാധിച്ചിരുന്നു. മൗനത്തിന്റെ മൂടുപടം വിഷാദത്തിന്റെ ഫണം വിടർത്തിയാടുന്നതു അപരിചിതത്വം കൊണ്ടു മാത്രമല്ല നഷ്ടപ്പെടലിന്റെ വേദന കൊണ്ടുകൂടിയാണെന്ന് ആർക്കും മനസ്സിലാകും. ആശയവനിമയത്തിന് ഭാഷ ആവശ്യമില്ല എന്നവൾക്ക് തോന്നിയത് അമ്മൂമ്മയുടെ സ്നേഹത്തിനു മുമ്പിലാണ്. അവൾ ഒരിക്കലും കാണാത്ത അമ്മൂമ്മ.

കേട്ടുവളർന്ന ഉറക്കു കഥയിലെ പുണ്യം മാത്രമാണ്. നീണ്ട യാത്രക്ക് ശേഷം അവൾ അമ്മയുടെ ഭവനത്തിൽ എത്തിച്ചേർന്നിരിക്കുന്നു. ആരൊക്കെയോ അവളോട് നിർബന്ധപൂർവ്വം പറഞ്ഞതിന്റെ പേരിൽ ഉത്തർപ്രദേശിലെ പതിമൂന്ന് വർഷം കഴിഞ്ഞ വീടും നടന്ന വഴികളും വിട്ട് അവൾ അമ്മാവനോടൊപ്പം നാട്ടിലെത്തി.

ഇതിനുമുമ്പ് ഒരിക്കലും കണ്ടിട്ടില്ലാത്ത ബന്ധുക്കൾ, നാട്ടുകാർ. ഉത്തർപ്രദേശിലെ വീടിന് മുൻപിലെ തുറന്ന സ്ഥലത്തെ പോത്തുകൾ വിശ്രമിക്കുന്നതു പോലെ ഇവിടെ ഇല്ല. വീടിനകത്ത് കെട്ടിയ മൃഗങ്ങളെ തൊഴുതു ദിവസം തുടങ്ങുന്ന ദരിദ്ര കർഷകരില്ല. തെരുവുകൾ തോറും കൂട്ടുകൂടി കളിക്കുന്ന കുട്ടികളുടെ ആരവങ്ങളില്ല. ചപ്പാത്തിയും ദാലുമല്ല. നല്ല വസ്ത്രങ്ങൾ ധരിച്ചു മുന്തിയ കാറുകളിൽ സഞ്ചരിക്കുന്നവർ. എന്നെ കണ്ടപ്പോൾ അവർ മുഖത്ത് വിഷാദഛായ കാണി

ച്ചു കണ്ണീരൊഴുക്കുന്നു. ചിലരെങ്കിലും തലയിലും ദേഹത്തും തൊട്ടു തലോടുന്നുണ്ട്. ഭാഷയുടെ അതിർവരമ്പുകൾ ആശയവിനിമയത്തിന് തടസ്സം സൃഷ്ടിക്കുന്നു. ഇവരെല്ലാം പറയുന്ന ഭാഷ നല്ല പരിചയമുണ്ട്. അച്ഛനും അമ്മയും ജീവിച്ചിരുന്ന കാലത്ത് അവർ തമ്മിൽ പറയുന്നത് ഈ ഭാഷയായിരുന്നു. മനസ്സിലാവുന്നില്ലെങ്കിലും ആ ഭാഷയോട് വല്ലാത്തൊരു അടുപ്പം തോന്നുന്നു.

പൂക്കളുള്ള വിരിപ്പിട്ട മേശക്കു മുകളിൽ ചില്ലുപാത്രങ്ങളിൽ വിളമ്പിയിരിക്കുന്ന ഭക്ഷണം കഴിക്കാൻ നിർബന്ധിക്കുമ്പോഴും ദീർഘനാളത്തെ പട്ടിണികൊണ്ട് ഭക്ഷണമിറങ്ങാൻ പ്രയാസമായിരിക്കുന്നു. ഇത്ര സമ്പന്നമായ കുടുംബത്തിൽ നിന്നു വന്ന അമ്മയാണോ പട്ടിണിയും രോഗവുമായി മരിക്കുന്നതു കാണേണ്ടിവന്നത് എന്ന സത്യം കാഞ്ഞിരക്കുരു പോലെ കയ്പുള്ളതായി ഓർമയിൽ തെളിയുന്നു. അച്ഛൻ അലക്ഷ്യമായി അങ്ങാടിയിലെ തെരുവകളിൽ അലഞ്ഞുനടന്ന് വീട്ടിൽ കയറി വരുമ്പോൾ ഭക്ഷണമില്ലാത്തതിന് അമ്മയെ അടിക്കുക പതിവായിരുന്നു. വിവാഹം കഴിഞ്ഞ് പതിനെട്ടു വർഷങ്ങളായി. ഒരിക്കൽ പോലും അമ്മ നാട്ടിലേക്ക് പോയിട്ടില്ല. സ്വന്തം വീട്ടിലേക്കു ഒരു കത്തു പോലും എഴുതിയിട്ടില്ല. അമ്മയുടെ മനസ്സ് അത്രമാത്രം മരവിച്ചിരുന്നു. സമ്പന്നതയുടെ മടിത്തട്ടിൽ പിറന്നുവീണ കുട്ടി. വലിയ തറവാട്ടിൽ ഭക്തി

സാന്ദ്രമായ അന്തരീക്ഷത്തിൽ എല്ലാ സ്വാതന്ത്ര്യത്തോടും വളർന്നുവന്നു. വിവാഹം ചെയ്തയക്കുമ്പോൾ സർവ്വാഭരണവിഭൂഷിതയായി ഭർതൃഗൃഹത്തിൽ ഏറെ പ്രതീക്ഷയോടെ പ്രവേശിച്ചവളായിരുന്നു അമ്മ. എന്നാൽ ജീവിതം മരണതുല്യമാകാൻ അധികം കാത്തിരിക്കേണ്ടി വന്നില്ല. മദ്യവും മദിരാക്ഷിയുമായി നടന്ന തന്റെ മുൻകാല പാപങ്ങൾ നിഴൽപോലെ പിന്തുടരുന്നു എന്നറിയാൻ വൈകിയിരുന്നില്ലെങ്കിലും ജീവിതത്തിന്റെ രൗദ്രതാളങ്ങൾക്ക് ശമനം വരുത്താനയാൾ മുതിർന്നില്ല. സ്വസ്ഥവും സന്തുഷ്ടവുമായ തന്റെ പിതൃഭവനത്തിൽ സ്വന്തം ദുരന്തത്തിന്റെ വിഴുപ്പുഭാണ്ഡം ഇറക്കി വെക്കാനവൾ ആഗ്രഹിച്ചതുമില്ല. സ്വന്തം ദുരന്ത ജീവിതം ആരുടെയും സ്വസ്ഥത കെടുത്താതിരിക്കട്ടെ എന്നുമവൾ ആഗ്രഹിച്ചു. അവളുടെ ജീവിതത്തിൽ ഏക പ്രതീക്ഷയായി ജീന പിറക്കുന്നത് ഉദാത്തമായ പ്രണയത്തിൽ നിന്നുമല്ല, മറിച്ച് മദ്യലഹരിയുടെ പരിണതഫലം മാത്രം. സ്ത്രീത്വത്തിന്റെ അഴകും ആഴവും സ്നേഹവും സ്വാതന്ത്ര്യത്തിന്റെ അപാരതയും നീതിയും ഒന്നുമവളറിഞ്ഞില്ല. സ്ത്രീ സ്വാതന്ത്ര്യത്തിനു വേണ്ടി ശബ്ദമുയർത്തിയതുമില്ല. തനി മൃഗതുല്യനായ ഒരു മനുഷ്യൻ. ആത്മാവ് എന്നൊന്നുണ്ടെന്നും മരണാനന്തരം അത് ഈശ്വരനിൽ വിലയം പ്രാപിക്കേണ്ടതിന് ഭക്തി അനിവാര്യമാണെന്നും അമ്മ വിശ്വസിച്ചു. എന്നും പള്ളിയിൽ പോയി. സ്വന്തം സ്വപ്നങ്ങളും കദനങ്ങളും പ്രണയവും പ്രതിഭയും എല്ലാം അവർ ദൈവത്തിനു മുന്നിൽ കാഴ്ചയായി അർപ്പിച്ചു. തന്റെ വേദനകളെ ധീരതയുടെ ലോകത്തിലേക്കവർ തുറന്നുവിട്ടു. ഭർത്താവ് മരിച്ചപ്പോൾ സ്നേഹശൂന്യതയുടെ അമാവാസികളിൽ നിസ്സംഗത മാത്രം തളംകെട്ടി നിന്നു. സ്നേഹിക്കാനും ലാളിക്കാനും ഒരു മകളുണ്ട് എന്ന പ്രത്യാശയുടെ നേരിയ തണുപ്പ് മാത്രം ആ മനസ്സിൽ ബാക്കിയായി.

കലങ്ങിമറിഞ്ഞൊഴുകുന്ന നദി പോലെ ജീവിതം ശാന്തമല്ലാതെ ഒറ്റപ്പെടുത്തലുകളുടെയും തുറിച്ചുനോട്ടങ്ങളുടെയുമിടയിലും അനുഭവ ലോകത്തിന്റെ തീക്കനലുകളിൽ ചവിട്ടി നിൽക്കുന്നു എന്ന ബോധ്യം ആന്തരികമായ ഊർജ്ജപ്രവാഹത്തിന്റെ നിലക്കാത്ത ഒഴുക്ക് ജീനക്ക് നൽകിക്കൊണ്ടിരിക്കുന്നു.

പക്ഷേ ആ ഒഴുക്ക് നിലക്കാൻ അധികം നാളുകൾ വേണ്ടിവന്നില്ല. സ്വന്തം പ്രവൃത്തികൊണ്ടു വിലക്കു വാങ്ങിയ എയിഡ്സ് മൂലം അച്ഛൻ മരണമടഞ്ഞു. അധികം വൈകാതെ ലൈംഗികതയുടെ നിഗൂഢതയിലൂടെ സ്വന്തം ഭർത്താവു സമ്മാനിച്ച എയിഡ്സ് മൂലം ശരീരത്തെ നിരന്തരമായി വേട്ടയാടിക്കൊണ്ടിരിക്കുന്ന എല്ലാ വേദനകളിൽ നിന്നും അ

വർ മുക്തി നേടി. അവർ ആഗ്രഹിച്ച ഈശ്വരനിൽ വിലയം പ്രാപിച്ചു. ഞാൻ മാത്രം ഈ ലോകത്തിൽ ഒറ്റപ്പെട്ടു പോയി. ചുറ്റിലും ആളുകളുള്ള ലോകത്തിൽ ആരുമില്ലാത്തവളായി ഏകാന്തതയുടെ ഭാരമേറിയ ചുമടും താങ്ങി ജീവിതവണ്ടി എത്രനാൾ തള്ളിനീക്കുമെന്നറിയാതെ നിൽക്കുമ്പോഴാണ് ബന്ധുക്കളും സ്വന്തക്കാരും എല്ലാം എനിക്കായി കാത്തിരിക്കുന്നു എന്നറിയുന്നത്. ആരെയും അറിയില്ലെങ്കിലും പ്രതീക്ഷയുടെ ഒരു കച്ചിത്തുരുമ്പായിരുന്നു ജീനക്കത്. അതാണ് ഇന്ന് ജീവിതം മുന്നോട്ട് കൊണ്ടുപോകാനുള്ള പ്രചോദനം, ഇനിയും എത്രയോ ജീനമാർ കാത്തിരിക്കുന്നു നമുക്കായി.

*****

മങ്കമ്മയുടെ കഥ

അവരെ ആദ്യമായി കാണുമ്പോൾ ചുറ്റിലും ജയിലിന്റെ മതിലുകളുണ്ടായിരുന്നു. എങ്ങനെ ഇവിടെയെത്തി എന്ന് ഞാനവരോട് ചോദിച്ചില്ല. അവരുടെ നാവിൽ നിന്ന് വാക്കുകൾ വരുന്നുണ്ടായിരുന്നില്ല. ഹൃദയത്തിൽനിന്ന് വരുന്ന വാക്കുകൾ കണ്ണീരിലൂടെ അവരുടെ കഥ പറയുന്നുണ്ടായിരുന്നു. അവർ തേടിയത് ആശ്വാസവാക്കുകളായിരുന്നില്ല. അല്ലെങ്കിൽ ആശ്വാസവാക്കുകൾക്ക് തീർക്കാൻ പറ്റുന്ന നോവിന്റെ കടലായിരുന്നില്ല അവർ ഉള്ളിൽ ഒളിപ്പിച്ചുവെച്ചിരുന്നത്. അവർ കണ്ണീരായി പെയ്യുകയായിരുന്നു. ഏതാണ്ട് അരനാഴിക നേരം കനത്തുപെയ്ത ശേഷമാണ് അത് ചാറ്റൽ മഴയായി നേർത്തുതുടങ്ങിയത്. കെട്ടി നിൽക്കുന്ന കുളത്തിലേക്ക് പെയ്യുന്ന മഴ നിറഞ്ഞൊഴുകുന്നതുപോലൊരു ആശ്വാസവും തെളിച്ചവും അവർക്കു ലഭിക്കുന്നുവെങ്കിൽ അങ്ങനെയാവട്ടെ എന്നു ഞാനും ആഗ്രഹിച്ചു.

അഞ്ചുവർഷം മുമ്പു വരെ സ്വന്തം ഭർത്താവിന്റെ തണലിലായിരുന്നു മങ്കമ്മയും മകളും. സമ്പാദ്യം കൊണ്ടു സമ്പന്നമല്ലെങ്കിലും സ്നേഹവും സമാധാനവും ആവോളമുണ്ടായിരുന്നു. ആ സന്തോഷ ദിനങ്ങളിലൊന്നിലാണ് സുഹൃത്തിനൊപ്പം ഒരു ഉത്സവ ദിനത്തിൽ അയാളും ചെന്നത്. മദ്യമായിരുന്നു അവിടെ വിശേഷ വിഭവം. എന്നാൽ ഉത്സവാവസാനം അതൊരു മദ്യ ദുരന്തമായി മാറുമെന്ന് ആരും കരുതിയിരുന്നില്ല. മങ്കമ്മക്ക് മേൽ വിധവയുടെ വെളുത്ത സാരിയെത്തി.

ഒറ്റക്കാകുകയായിരുന്നു മങ്കമ്മ. ജീവിതം അവരെ പലതും പഠിപ്പിക്കുകയായിരുന്നു. ജീവിതം അവർക്ക് മുന്നിൽ അനുഭവങ്ങളുടെ കെട്ടുകൾ കൊണ്ടുവന്നിട്ടു. ഉത്തരവാദിത്തങ്ങൾ ഓരോന്നായി വന്നുകൊണ്ടിരുന്നു. അതവരുടെയുള്ളിൽ പോരാട്ടത്തിന്റെ കനൽ കൂടി കോരിയിടുകയായിരുന്നു. അങ്ങനെയവർ മനുഷ്യ നിർമ്മിതമായ നിയമങ്ങളെയും പാരമ്പര്യത്തിന്റെ ചട്ടക്കൂടുകളെയും ഉപേക്ഷിച്ച് വിധവയുടെ വെളുത്ത സാരി ഉരിഞ്ഞെറിഞ്ഞ്, പൊന്നു വിളയുമെന്ന് കരുതിയ മണലാരണ്യം തേടിയെത്തി. ചോർന്നു പോയ്ക്കൊണ്ടിരിക്കുന്ന യൗവനകാ

ലത്തു തന്നെ ഏകമകളുടെ വിദ്യാഭ്യാസാവശ്യങ്ങളും വിവാഹാവശ്യ ങ്ങളും ഭംഗിയായി നിറവേറ്റുക എന്ന ഭാരിച്ച ഉത്തരവാദിത്തമാണവരെ മണലാരണ്യത്തിലേക്ക് കടക്കാൻ പ്രേരിപ്പിച്ചത്. തന്റെ പ്രിയപ്പെട്ടവ ന്റെ ആത്മാവ് തന്നെ തേടി ഏതോ വിദൂര ദേശങ്ങളിൽ വരുന്നുവെന്ന വിശ്വാസം കൊണ്ടവർ സ്വപ്നങ്ങളിൽ കാണുന്ന ബലിക്കാക്കയെ പോ ലും പ്രണയിച്ചു എങ്കിലും ഏക മകളെ പിരിഞ്ഞുകൊണ്ടുള്ള ജീവിതം ഹൃദയഭേദകമായിരുന്നു. അപരിചതമായ ദേശത്ത് ഭാഷക്കും വർണ ത്തിനും രുചിഭേദങ്ങൾക്കുമുപരി ആഗ്രഹിച്ച ഒരു സ്വസ്ഥതയും അവർ ക്ക് ലഭിച്ചില്ല.. ദാരിദ്ര്യത്തിന്റെ മരണക്കയത്തിൽ നിന്നു രക്ഷപ്പെട്ട് ജീ വിത കവാടത്തിലേക്കാണ് അവർ വന്നത്. പക്ഷേ അത് യാതനയുടെ തീച്ചുളയായിരുന്നു എന്നറിയാൻ അധികം കാത്തിരിക്കേണ്ടി വന്നില്ല. ചെന്തമിഴ് മാത്രം കേട്ടും പറഞ്ഞും ശീലിച്ച മങ്കമ്മക്ക് അറബിയോടുള്ള ആശയവിനിമയത്തിന് കൂടുതൽ സൗകര്യം ആംഗ്യ ഭാഷയായിരുന്നു. അതുകൊണ്ട് തന്നെ അയാളുടെ വികാര വിക്ഷോഭങ്ങൾ പ്രകടിപ്പിക്കാൻ ഉതകുന്ന ഏക ഉപാധി പ്രഹരിക്കുക എന്നതായിരുന്നു.

അതിനു കൈയിൽ കിട്ടിയതെന്തും അയാളെടുത്ത് ഉപയോഗിച്ചു. അ ങ്ങനെ ഒരു രാത്രിയിലാണയാൾ വലിയ പാത്രം കൊണ്ട് മങ്കമ്മയുടെ

തലക്കും നെഞ്ചിലുമെല്ലാമിടിച്ച് ആത്മസംതൃപ്തിയടഞ്ഞത്. അന്നു രാത്രി തന്നെ മങ്കമ്മ വലിയ മതിൽകെട്ട് ചാടി പുറത്തു വന്നു. ഉപദ്രവങ്ങളേൽക്കാത്ത ജയിലെന്ന മതിൽകെട്ടിനകത്തേക്ക്. സ്പോൺസറിൽ നിന്നും രക്ഷപ്പെട്ട് എത്തിയ മങ്കമ്മയെ സാമൂഹ്യപ്രവർത്തകർ അഭയകേന്ദ്രത്തിലേക്ക് എത്തിക്കുകയായിരുന്നു. ഈ നാല് ചുവരുകൾക്കുള്ളിൽ തീവ്രവേദനയുടെ ഭാഷയായ മൗനത്തിലേക്കവർ കൂപ്പുകുത്തി.

സ്വന്തം ഹൃദയമിടിപ്പ് ശ്രവിച്ച് മകളെക്കുറിച്ചോർത്ത് മൗനിയായി കഴിയുമ്പോഴാണ് നാട്ടിൽനിന്നു മകളുടെ ഫോൺ വരുന്നത്. ഹൃദയത്തിൽ പ്രതീക്ഷയുടെ വെളുത്ത പനിനീർ നട്ട് അമ്മ കടന്നുപോയപ്പോൾ അതിനു ചുറ്റുമെന്തേ മുള്ളുകൾ വെച്ചതെന്ന്. ഏക മകളെ ചെറിയച്ഛനെ ഏൽപിച്ചു വന്നപ്പോൾ അവളുടെ സൗന്ദര്യവും അയാൾക്ക് സ്വന്തമെന്ന് വിശ്വസിച്ച് വിലക്കപ്പെട്ട കനി ഭക്ഷിക്കുവാൻ ഏദൻ തോട്ടത്തിൽ കയറാനും അയാൾ തയ്യാറായി. എന്നാൽ സ്നേഹത്തിന്റെയും നന്മയുടെയും ആരാമത്തിലേക്കവൾ അയാളെ പ്രവേശിക്കാനനുവദിച്ചില്ല. ഫലമോ, ക്രോധത്തിന്റെ വാൾ അതിന്റെ തിളങ്ങുന്ന മുന കാണിച്ചവളുടെ മേൽ ഭീഷണിയുടെ കവചം തീർത്തുകൊണ്ടിരുന്നു. ശവപ്പെട്ടിയുടെ അന്ധകാരത്തിനുള്ളിലെ രഹസ്യം പുറത്തു പറയാനാകാത്തതു പോലെ അവളുടെ ഉള്ളം നീറി.

നാലു മാസങ്ങളായി അവളുടെ ഒടിഞ്ഞ കാലുകൾ കൊണ്ട് ഓടി രക്ഷപ്പെടാനാകാതെ, മരണത്തെ പോലും ഒന്നു പുൽകാനാവാതെ ശാരീരികവും മാനസികവുമായി പീഡിപ്പിക്കപ്പെട്ട് കുഴിച്ചു മൂടപ്പെട്ട പ്രതീക്ഷകൾക്ക് മീതെ ഒരു മീസാൻ കല്ലുപോലെ അവൾ കിടന്നു. പത്തൊൻപതാമത്തെ വയസ്സിൽ ചെറിയച്ഛന്റെ രൂപത്തിൽ സാത്താന്റെ പ്രചണ്ഡ രൂപം ധരിച്ചെത്തിയ ലൂസിഫറിനെയവൾ കണ്ടു. അതോടെ അവളുടെ ജീവിതം വിജ്ഞാനത്തിൽ നിന്നും വേദനയുടെയും കുറ്റപ്പെടുത്തലിന്റെയും വിദൂരതയിലേക്ക് വിഹരിക്കാനാരംഭിച്ചു.

മങ്കമ്മ കഥ പറയുകയാണ്. വിശ്വസിച്ചേൽപ്പിച്ചവർ ചെന്നായ്ക്കളാകുന്ന കഥ. ഇരയെ കിട്ടിയ ആവേശത്തിൽ ബന്ധവും കടമയും മറക്കുന്ന ചെന്നായയുടെ കഥ. ഈ കഥയോർക്കുമ്പോഴാണ് മങ്കമ്മ കരഞ്ഞുകൊണ്ടിരിക്കുന്നത്. നൂലാമാലകളെല്ലാം തീർന്ന് മകളെ ചേർത്തു പിടിച്ചു കരയാൻ മങ്കമ്മ യാത്രയാകും.

*****

പാളങ്ങളിൽ പൊലിഞ്ഞത്

പ്രഭാതസൂര്യന് അന്ന് അരുണിമയില്ലാതിരിക്കാനാവാം കാർമേഘപാളികൾ കർക്കിടകം വന്നു എന്നു വിളിച്ചോതുമാറ് ആകാശവിതാനവും വിട്ട് ഭൂമിയിലേ ക്കിറങ്ങാൻ വെമ്പിനിന്നത്. വർഷങ്ങളായി ചൊവ്വാഴ്ചകൾ പ്രത്യാശയുടെ ദിനങ്ങളായിരുന്നുവെങ്കിലും അന്ന് എന്തോ അകാരണമായ ഭീതി എന്നെ ആവരണം ചെയ്തിരുന്നു. തലേന്നാൾ മുതൽ മറക്കാനാഗ്രഹിച്ചിട്ടും സാധിക്കാതിരുന്ന ഓർമ്മയായിരിക്കാം എന്നെ അലട്ടുന്നതെന്നു ഞാൻ നിനച്ചു. കഴിഞ്ഞ രാത്രിയിലെ ഉറക്കം കടന്നു വരാതെ വീർത്തിരിക്കുന്ന കൺപോളകളെ ക്രീം പുരട്ടി മയപ്പെടുത്തിയിട്ടാണ് പുറത്തിറങ്ങിയത്. അപ്പോഴുമെന്റെ കണ്ണുകൾ തിരഞ്ഞത് ആ വലിയ മാവുതന്നെയായിരുന്നു. തലേന്നുവരേയും വീട്ടിൽ നിന്നിറങ്ങുമ്പോഴും പടിയടക്കുമ്പോഴുമെല്ലാം വളരെ ഉയരത്തിൽ നിൽക്കുന്ന മാവിലെ മാമ്പഴങ്ങൾ തിന്നുന്ന കിളികളുടെ കലപില ശബ്ദവും അണ്ണാറകണ്ണന്റെ കളികളും കൗതുകത്തോടെ നോക്കി നിൽക്കുക പതിവായിരുന്നു. അപ്പോഴാണ് പെട്ടന്നൊരു ദിവസം തന്റെ കൂട്ടുകാരെയെല്ലാം അനാഥരാക്കി ആ വലിയ മാവ് ആധുനിക യന്ത്രത്തിന്റെ വേഗത്തിന് മുന്നിൽ പെട്ടെന്ന് കീഴടങ്ങിയത്. ഒരു വേര് പോലും അവശേഷിക്കാത്തവിധം മണ്ണുമാന്തിയന്ത്രം അവിടം മുഴുവൻ ശൂന്യത സൃഷ്ടിച്ചിരുന്നു.

ഓരോ തിരിച്ചുപോക്കും വേദനയാണ്. വടക്കൻ പാട്ടുകളിൽ പോലും പച്ചമരത്തിന്റെ കൊമ്പ് ഒടിഞ്ഞുവീണാൽ യുദ്ധത്തിൽ മൃത്യു വരിക്കുമെന്നാണ് ശാസ്ത്രം എന്നോർത്ത് ഞാൻ വേദനിച്ചു.

എത്ര വലിയ മരത്തെയും നിമിഷങ്ങൾ കൊണ്ടു ഭൂമിയിൽ നിന്നും തുടച്ചു മാറ്റത്തക്കവിധം വളർന്ന ശാസ്ത്ര പുരോഗതിയോടെനിക്ക് വെറുപ്പുതോന്നി. മനുഷ്യ ജീവനെയും നിമിഷനേരം കൊണ്ടു തുടച്ചു മാറ്റത്തക്കവിധം ശാസ്ത്രവും കളികളും മാറിയിരിക്കുന്നു എന്നറിയാൻ അധിക സമയം വേണ്ടിവന്നില്ല. സ്നേഹവും ആഹ്ലാദവും കൊണ്ടു മുഖരിതമായിരുന്ന ആ വലിയ തറവാട് ദു:ഖം എന്തെന്ന് തിരിച്ചറിഞ്ഞിട്ടില്ലാത്ത കാലഘട്ടത്തിൽ കൂടി കടന്നുപോയവരായിരുന്നു. അതുകൊണ്ടുത

ന്നെ പ്രഭാതത്തിൽ കിടക്കവിട്ടെഴുന്നേൽക്കാത്ത മകനെ തേടിയെത്തിയപ്പോൾ ശൂന്യതയുടെ മുഖംമൂടിയെടുത്തണിഞ്ഞ ഒഴിഞ്ഞ കിടക്കവിരികൾ അവരെ നോക്കി നിസ്സംഗഭാവം നടിച്ചു. കിടക്കവിരികൾക്ക് താഴെ അവനില്ലായിരുന്നു.

ഇരുൾ ചിതറിയ മുറിയിൽ ഉറക്കം വരാതെ പറയാനേറെ ബാക്കിവെച്ച് മൗനം തളംകെട്ടി നിൽക്കുന്ന മുറിയിൽ ഏകനായിരുന്നത് ഉറക്കത്തിനും ഉണർവിനുമിടക്കുള്ള വെറും നാലുമണിക്കൂറുകൾ മാത്രമായിരുന്നു. അതുകൊണ്ടു തന്നെ അവൻ ഏറെ ദൂരം പോയിട്ടുണ്ടാകുമെന്ന് ഭയം തോന്നിയില്ലായിരുന്നു. എങ്കിലും നിമിഷങ്ങൾ കടന്നുപോകുംതോറും ഉത്കണ്ഠ അഗ്നിപർവ്വതമായി മനസ്സിൽ നിറഞ്ഞ് ഉരുൾപൊട്ടി. ഈ സങ്കടഹർജി ആർക്കു സമർപ്പിക്കാൻ? നിർവചനാതീതമായ ഒരു കൊ

ഴിഞ്ഞുപോക്കിനേക്കാൾ ഞാൻ ആഗ്രഹിച്ചത് മറഞ്ഞിരുന്ന് യശോദ യെ പറ്റിക്കുന്ന കണ്ണനെ നിന്നിൽ കാണാനായിരുന്നു. എന്നാൽ നിന്റെ മൗനത്തിനുപോലും അനേകം അർത്ഥതലങ്ങൾ ഉണ്ടായിരുന്നു എന്നു ഞങ്ങൾഅറിഞ്ഞില്ല.

ജോസഫ് .... വെറും പത്തൊൻപതുകാരനായ നിന്നെക്കുറിച്ചു പറ യാൻ എല്ലാവർക്കും ധാരാളം കഥകളുണ്ട്. ഇന്നലെവരെ സമൂഹത്തി ന്റെ മുന്നിൽ നീ മിടുക്കനായിരുന്നു. എന്നാൽ നിന്നെക്കുറിച്ച് ഇന്നത്തെ പ്രഭാതം പറയുന്നത് ഇന്നുവരുന്ന പരീക്ഷാഫലത്തെ നീ ഭയന്നിരുന്നു വെന്നും, അതല്ല വലിയ വീടിന്റെ അകത്തളങ്ങളിലിരുന്ന് ബ്ലൂവെയിൽ എന്ന മരണക്കളി നിന്നെ റെയിൽപാളത്തിലേക്ക് കൊണ്ടുപോയി എ ന്നുമൊക്കെയാണ്. ഞങ്ങളുണരുംമുമ്പേ നീ പാളങ്ങൾ തേടി പോയത് എന്തിനായിരുന്നു മോനേ.

നീ കൂടിയ ധ്യാനങ്ങൾക്കും ഞങ്ങൾ ചൊല്ലിയ പ്രാർത്ഥനകൾക്കും ഒന്നും ഇതിനുത്തരം തരാനായില്ല. നിന്റെ ചങ്കിടിപ്പിന്റെ അവസാന താ ളം പോലും ഞങ്ങൾക്കായി മാറ്റിവെക്കാനാവാത്ത വിധം നീ ആ പാള ത്തിൽ അലിഞ്ഞുചേർന്നപ്പോഴും മൗനം അവലംബിച്ചു കൊണ്ട് നിശ്ശ ബ്ദം അവ നീണ്ടുകിടക്കുന്നു. കാരണം ഇതുപോലെ എത്രയോ പേരെ യും അവരുടെ സ്വപ്നങ്ങളേയും ഈ പാളങ്ങൾ വിഴുങ്ങിയിരിക്കുന്നു! അവരിലൊരാൾ മാത്രമാണു നീ. പക്ഷെ ഞങ്ങൾക്ക് അങ്ങിനെയല്ല. ആത്മഹത്യ ചെയ്യാൻ വേണ്ടത്രയും ധൈര്യം ജീവിക്കാനാവശ്യമില്ല. മാം സക്കടക്കുചുറ്റും കാക്കകൾ എന്ന പോലെ മൃതശരീരത്തിനു ചുറ്റും ജ നം തടിച്ചു കൂടുന്നു. അവിടെയവർ കാണുന്നത് ആത്മഹത്യചെയ്തവ നെ മാത്രമാണ്. മരണത്തേക്കാൾ ഭീകരമായി മുറിവേറ്റിരിക്കുന്ന ഉറ്റവ രെ കാണാൻ ആർക്കുമാകുന്നില്ല. ജീവിതത്തോടും മരണത്തോടും കാ ണിക്കുന്ന ആരാധനയും ഭ്രമവും ഒരു നിസ്സംഗമായ മാനസികാവസ്ഥ യിലേക്ക് നമ്മെ തള്ളിവിടുന്നു. ലാളിച്ച കൈകൾക്കുപോലും തൊടാ നാവാത്തവിധം വിറപൂണ്ടു നിൽക്കുമ്പോൾ ഒന്നുമറിയാത്തവനെപ്പോ ലെ മുഖമില്ലാത്തവനായി നീ നിശ്ചലം നിത്യ നിദ്രയിലാണ്ടു പോകു ന്നു. നിനക്കാത്മശാന്തി.

*****

ഏകാന്തതയുടെ തടവറയിൽ

ജിതിന്റെ കടുത്ത തവിട്ടുനിറമാർന്ന കണ്ണുകൾ അനുവാദമില്ലാതിരുന്നിട്ടും എഴാം നിലയുടെ തുറന്നിട്ട ജാലകപ്പാളികളിലൂടെ വിദൂരതയിലെ ഏതോ മലനിരകൾ തേടി അലയുകയായിരുന്നു. ഏഴു വയസ്സുകാരന്റെ പിടിവാശികളായി മാത്രമേ അച്ഛനുമമ്മയും അവന്റെ ആവശ്യങ്ങളെ കണ്ടിരുന്നുള്ളൂ. വെള്ളമില്ലാത്ത കരകാണാതെയുള്ള അടച്ചിട്ട ഫ്ളാറ്റിനുള്ളിൽ ഇലക്ട്രോണിക് ഗെയിമുകൾകൊണ്ട് ഇര കോർത്തു ചൂണ്ടയിട്ട് പിടിച്ച മീൻ കണക്കെ ശ്വാസംമുട്ടി പിടയുന്ന നഷ്ടബാല്യത്തിന്റെ നൊമ്പരം ജീവിത തിരക്കുകൾക്കിടയിൽ ആരും ശ്രദ്ധിച്ചിരുന്നില്ല.

പൂച്ചയെപ്പോലെ പമ്മി പമ്മി ഞാനവന്റെ നിഴലോളം ചെന്ന് നിന്നു. ഒന്നു തൊട്ടപ്പോൾ ഞെട്ടിത്തെറിച്ചു സ്ഥലകാലബോധം വീണ്ടെടുക്കാൻ അവന് അൽപം സമയമെടുക്കേണ്ടി വന്നു. സ്വതവേ മൗനിയായിരുന്ന അവന്റെ മുഖത്തെ നിർവികാരത എന്നെ അലോസരപ്പെടുത്തി. മൗനം കൊണ്ട് അവൻ തീർത്ത മതിലുകളിൽ തട്ടിയുടഞ്ഞു എന്റെ ചോദ്യങ്ങളെല്ലാം.

ജോലിക്കുള്ള തിരക്കുപിടിച്ച ഓട്ടത്തിനിടയിൽ അവന്റെ അമ്മ എടുത്തു വച്ച ഉച്ചഭക്ഷണം മോർച്ചറിയിലെ മൃതദേഹം കണക്കെ മരവിച്ചിരിക്കുന്നു. തുറന്നിട്ട ജാലകപ്പഴുതിലൂടെ ഒഴുകിയെത്തിയ ഇളംതെന്നൽ നീലനിറമുള്ള വിരികൾ തലോടി ജിതിന്റെ കുഞ്ഞുകവിളുകളെ ചുവപ്പിച്ചുകൊണ്ടിരുന്നു.

തന്റെ ആത്മസംഘർഷങ്ങൾക്കപ്പുറം അവൻ ദിനവും ഏറ്റുവാങ്ങുന്ന പീഡയുടെ കരുവാളിച്ച പാടുകൾ ആ വെളുത്ത മെലിഞ്ഞ ശരീരത്തിൽ അങ്ങിങ്ങായി കിടക്കുന്നതു കണ്ടപ്പോൾ അറിയാതെ കണ്ണുനിറഞ്ഞുപോയി. ഞങ്ങളുടെ താമസം ഒരു ചുവരിന് ആപ്പുറമിപ്പുറമാണെങ്കിലും അവനുവേണ്ടി ഒന്നും ചെയ്യാത്തതിന്റെ കുറ്റബോധമായിരിക്കാം ആ നിഷ്കളങ്കതയിലേക്ക് എന്നെ വലിച്ചടുപ്പിച്ചത്. വാൽസല്യത്തിനായുള്ള അടങ്ങാത്ത ദാഹം ആ മനസ്സിൽ നിന്നു കുത്തിയൊലിക്കുന്നത് ഞാൻ അറിയുന്നുണ്ടായിരുന്നു. ഏകാന്തതയുടെ തുരുത്തിലേക്കു വലി

ച്ചെറിയപ്പെട്ട ബാല്യത്തിന്റെ രോദനം എന്റെ നെഞ്ചിൽ പെരുമഴയായി പെയ്തുകൊണ്ടേയിരുന്നു. നനച്ചു പിഴിഞ്ഞ തൂവാലകൊണ്ടവന്റെ മുഖം തുടച്ചും മൂർധാവിൽ ചുംബിച്ചും എന്നോടു ചേർത്തിരുത്തി ചോറു വാരിക്കൊടുത്തു. എന്റെ കണ്ണുകളിലേക്കു തന്നെ ഉറ്റുനോക്കിക്കൊണ്ടിരുന്ന അവൻ ചോദിച്ചു.

ആന്റീ, സൂപ്പർമാനെപോലെ ഞാനിവിടുന്നു ചാടിയാൽ അതിലൂടെ എന്റെ അമ്മൂമ്മയുടെ വീട്ടിലേക്കു പോവാനൊക്കുമോ?

ആ മലനിരകൾക്കപ്പുറത്ത് എന്റെ അമ്മൂമ്മ താമസിക്കുന്നുണ്ട്. എന്നെ കുളിപ്പിച്ചു കുറി തൊടുവിക്കുന്ന അമ്പിളി മാമനെ കാണിച്ചുതന്നു ചോറുരുട്ടിത്തരുന്ന, കഥ പറഞ്ഞുറക്കുന്ന ഒരമ്മൂമ്മ... കൂടെ കളിക്കാൻ കൂട്ടുകാർ. തുമ്പിയും പൂമ്പാറ്റയും പൂരവും നേർച്ചയും ഉത്സവങ്ങളും പള്ളിപ്പെരുന്നാളും എല്ലാമുണ്ടവിടെ. ഇവിടെ എനിക്കാരുമില്ല. ഞാൻ തനിച്ചാണ്, തനിച്ച്!

അച്ഛനും അമ്മയും വന്നാലും എനിക്കു പേടിയാണ്. അവർ സംസാരിക്കുന്ന ഇംഗ്ലീഷ് ഒന്നും എനിക്കു മനസ്സിലാവുന്നില്ല. മാത്രമല്ല പഠിച്ചില്ലെങ്കിൽ അച്ഛൻ ബെൽറ്റ് ഊരി അടിക്കുകയും ചെയ്യും. എനിക്കിവിടെ കൂട്ടുകാരാരും ഇല്ല. ആർക്കും എന്നോടു സ്നേഹവും ഇല്ല. എനിക്കെന്റെ ഗ്രാമത്തിലേക്ക് തിരിച്ചുപോവണം. ഇതും പറഞ്ഞ് അവനെന്നെ ത

ള്ളിമാറ്റി കിടപ്പുമുറിയിലേക്ക് ഓടിക്കയറി, വാതിൽ ശക്തിയോടെ തള്ളി യടച്ചു. നിറമുള്ള സ്വപ്നങ്ങൾ പൂക്കുന്ന താഴ്‌വാരങ്ങൾ തേടി മണലാര ണ്യത്തിന്റെ നടുമുറ്റത്തുനിന്നും ഏകാന്തതയുടെ തടവറയിൽ നിന്നും വലിയ സാധ്യതകളുള്ള പച്ചപ്പിന്റെ തുറന്ന ലോകത്തിലേക്ക്.

*****

അയാളാരാണ്...

തിരിച്ചറിവു തുടങ്ങിയ കാലം മുതൽ ഞാനയാളെ പ്രത്യേകം ശ്രദ്ധിച്ചുകൊണ്ടിരുന്നു. ഷർട്ടിടാത്ത അയാളുടെ ഇടതു മാറിൽ പച്ച കുത്തിയിരുന്നു. മസിലുകൾ മുഴച്ചു നിൽക്കുന്ന അയാളുടെ കൈത്തണ്ടയിലെ നീല ഞരമ്പുകളെ പിന്തള്ളിക്കൊണ്ട് ഒരു ചിത്രപ്രദർശനശാലയിലെ തലയെടുപ്പുള്ള ചിത്രം പോലെ വെയിൽ കൊണ്ടു കരുവാളിച്ച കൈത്തണ്ടയിലും പച്ചകുത്തിയ ചിത്രങ്ങൾ തെളിഞ്ഞു നിന്നു. പകലുകളിൽ അയാൾ വളരെ തിരക്കുള്ള ഉദ്യോഗസ്ഥനായിരുന്നു. അയാളുടെ തിരക്കുകൾ പാടത്തും പറമ്പിലും പശുത്തൊഴുത്തിലുമെല്ലാമായി മാറിമാറി സ്ഥാനക്കയറ്റത്തോടെ ഭ്രമണം ചെയ്യുകയായിരുന്നു. പലപ്പോഴും എന്റെ തീരാത്ത സംശയങ്ങൾ ചോദിക്കാനുള്ള ഗൂഗിൾ സെർച്ച് അയാളായിരുന്നു. എങ്ങിനെയാണ് അരിയുണ്ടാവുന്നത്? പൂവൻകോഴി എന്തിനാണ് പിടക്കോഴിയെ കൊത്തുന്നത്? ഈൗർക്കിളിയുടെ ഇംഗ്ലീഷ് എന്താണ്? എന്നു തുടങ്ങി തീരാത്ത സംശയങ്ങൾക്ക് ഉത്തരമന്വേഷിച്ച് ഞാനയാളുടെ അടുക്കലേക്കു ഓടിയോടി ചെല്ലുമായിരുന്നു. പിന്നീട് സ്ക്കൂളിൽ പോകാനാരംഭിച്ചപ്പോൾ സായാഹ്നങ്ങളിൽ എന്നെ മലയാളം പഠിപ്പിക്കുന്ന ജോലികൂടി അയാൾ ഏറ്റെടുത്തു. വയലിൽ വിളയുന്ന സ്വർണ്ണ നിറമുള്ള നെൻമണികൾക്കുവേണ്ടി നിലമുഴുന്ന സാഹസികതകൾ മാറ്റിവെച്ച് അയാളെ കുറിച്ച് വർണ്ണം വിരിയുന്ന കഥകളെഴുതാനുള്ള അക്ഷരങ്ങൾ എന്നിൽ വിതക്കുകയായിരുന്നു എന്നു ഞാനറിഞ്ഞില്ല.

ഒരു പക്ഷെ അയാളും അറിഞ്ഞു കാണില്ല. അന്നൊന്നും അയാളെക്കുറിച്ച് കൂടുതൽ ഒന്നും ഞാൻ ചിന്തിച്ചിരുന്നില്ല. കുറച്ചു കൂടി വളർന്നപ്പോൾ ഞാനയാളുടെ കറുത്ത പുരികങ്ങളിൽ മുടികൾ പൊഴിഞ്ഞു പോയിരിക്കുന്നതും കൈവിരലുകളും കാൽവിരലുകളും അറ്റം വളഞ്ഞിരിക്കുന്നതും ശ്രദ്ധിക്കാൻ തുടങ്ങി. അത് മറ്റാർക്കുമില്ലാത്ത ഒന്നായി കണക്കുകൂട്ടി. എന്റെ ഇഷ്ടങ്ങളെ മറ്റാരേക്കാളും ബഹുമാനിക്കുന്നതുകൊണ്ട് വയലിൽ പണിയെടുക്കുന്ന സമയങ്ങളിൽ അയാൾക്കുള്ള പ്രാതൽ കൊണ്ടു പോയി കൊടുക്കാൻ ഞാൻ ഒരു മടിയും കാണിച്ചില്ല. അതി

നു പ്രതിഫലമെന്നോണം ഇൻസ്ട്രുമെന്റ് ബോക്സുകളും പേനയും എല്ലാം അയാൾ എനിക്ക് വാങ്ങി തന്നു.

കാലം ചെല്ലും തോറും അയാളാരെന്നറിയാനുള്ള ആകാംക്ഷ കൂടിക്കൂടി വന്നു. എന്റെ വീട്ടിൽ ഉണ്ണുകയും ഉറങ്ങുകയും ചെയ്യുന്ന, സ്വന്തം വീടെന്നപോലെ എല്ലാ കാര്യത്തിലുമിടപെടുന്ന ഇടയ്ക്കിടെ അമ്മൂമ്മയുമായി വഴക്കിടുന്ന, തൊഴുത്തിലെ പശുക്കളോടു പോയി ദേഷ്യം പ്രകടിപ്പിക്കുന്ന ആരൊക്കെ നിർബന്ധിച്ചാലും വിവാഹം കഴിക്കാത്ത അയാളെനിക്ക് ഒരു ചോദ്യചിഹ്നമായി. ഒരിക്കൽ ഞാനപ്പയോടു ചോദിച്ചു.

എനിക്കുത്തരം കണ്ടെത്താനാവാത്ത ആ ചോദ്യം.

വേനൽ ശക്തമായതിന്റെ പ്രഭാവം തെളിയിച്ചുകൊണ്ടേയിരുന്ന, കൗമാരത്തിലേക്ക് കാലെടുത്തു വെക്കുന്ന ഒരു പയ്യൻ, പ്രഭാതത്തിലെ പത്തുമണി സൂര്യൻ നെറുകയിലെത്താതിരിക്കാനൊരു കവുങ്ങിൻ തോട്ടത്തിൽ നിന്നു ബീഡിവലിക്കുന്നു. അപരിചിതരായ അതിഥികളെ പെട്ടെ

ന്ന് തിരിച്ചറിഞ്ഞു ചോദ്യം ചെയ്യുന്ന ഞങ്ങളുടെ ഗ്രാമവാസികളുടെ കണ്ണിൽ പെടാൻ അയാൾക്കു സമയമായിട്ടില്ലായിരുന്നു. അതുകൊണ്ടുതന്നെ ആ ദൗത്യം ഏറ്റെടുത്തത് അപ്പയായിരുന്നു. ആദ്യമൊന്നും ഒന്നും പറയാനില്ലാതെ ദു:ഖത്തിന്റെ പാനപാത്രം അയാൾ കുടിച്ചിറക്കിക്കൊണ്ടിരുന്നു.

ഉള്ളിൽ പുകയുന്ന തീയാണ് കാജാബീഡിയുടെ പുകയായി പുറത്തേക്കു തള്ളിക്കൊണ്ടിരുന്നത്. സ്നേഹത്തിന്റെ ശിശിരമന്വേഷിക്കുമ്പോഴുണ്ടാകുന്ന തന്റെ ഏകാന്തതയും ഒറ്റപ്പെടലുകളും അയാൾ ഭയക്കുന്നുണ്ടായിരുന്നു. സമ്പന്നനായ വ്യവസായിയുടെ മൂത്ത മകന് അനുഭവിക്കാൻ കർമ്മമില്ലാതാക്കാനൊരു നിമിത്തമായി കടന്നുവന്ന കാറപകടം . അച്ഛനും അമ്മയും മരണത്തിനൊപ്പം നടന്നു. മരണമെന്തെന്നു വ്യക്തമായറിയാത്ത പ്രായമായിരുന്നു അന്ന്. രണ്ടുപേരെയും അച്ഛന്റെ സഹോദരൻ ഏറ്റെടുത്തു. ഒപ്പം എല്ലാ സ്വത്തുക്കളും. പക്ഷെ പന്ത്രണ്ടാമത്തെ വയസ്സിൽ തൊലിപ്പുറത്തു പാടുകളുണ്ടോ എന്നു നോക്കാൻ വീട്ടിൽ വന്ന സിസ്റ്റർമാർ കണ്ടുപിടിച്ചു. കുട്ടിയായ ഡേവിസിന്റെ മേലും പാടുകളുണ്ട്. അവന്റെ പുരികമെല്ലാം കൊഴിഞ്ഞുപോയി മുഖമെല്ലാം മിനുക്കത്തോടെ തിളങ്ങുന്നു. വിരലുകളുടെ ആകൃതിയിലും മാറ്റം സംഭവിച്ചു തുടങ്ങി. ലെപ്രോമാറ്റ്സ്ലെപ്രസി എന്ന പകർച്ചവ്യാധിയായ കുഷ്ഠരോഗം അവനിൽ കടന്നു കൂടിയിരിക്കുന്നു. ചികിത്സിച്ചുഭേദമാക്കാൻ സാധിക്കും. എന്നാൽ രോഗം മാറിയാലും ഇടയ്ക്കിടെ പരിശോധനകൾ നടത്തിക്കൊണ്ടിരിക്കണം. രോഗം വീണ്ടും ഫണം വിടർത്തുമോ എന്നറിയാൻ. അങ്ങിനെയവൻ തൃശ്ശൂർ മുളംകുന്നത്തുകാവിലെ സന്ന്യാസിനിമാരുടെ കൂടെപോയി. അവിടെ ആശുപത്രിയിലെ അന്തേവാസിയായി. കുഞ്ഞു പെങ്ങളെ കുറിച്ചുള്ള ഓർമ്മകൾ അവനെ വീട്ടിലെത്താൻ കൊതിപ്പിച്ചു കൊണ്ടേയിരുന്നു. എന്നാൽ ഒരു വർഷക്കാലത്തെ ചികിത്സ കഴിഞ്ഞ് ടെസ്റ്റുകൾ എല്ലാം നെഗറ്റീവ് ആയപ്പോൾ ഡേവിസ് വീട്ടിലേക്ക് തിരിച്ചുപോയി. അവിടെ തൊലിയും മജ്ജയും മാംസവുമല്ലാതെ അവനെ ഒരു പൂർണ്ണ മനുഷ്യനായി കാണാൻ മനുഷ്യത്വമുള്ള ആരുമുണ്ടായിരുന്നില്ല. ഈ രോഗം ശരീരത്തിന്റെ വിലയിടിക്കുമെന്നും പിന്നീടവൻ സമൂഹത്തിലെ വെറുപ്പിന്റെയും അവഹേളനത്തിന്റെയും ചിതാഗ്നിയിൽ കത്തി നശിക്കേണ്ടവനാണെന്നും ആ പതിമൂന്നുകാരൻ തിരിച്ചറിഞ്ഞു. അങ്ങിനെയവൻ പുറംതള്ളപെട്ട വാതിലുകൾക്കു മുമ്പിൽ നിന്നും നടന്നകന്നു. ആ നടത്തത്തിൽ അയാൾ സ്വന്തം മനസ്സും ശരീരവും പുരാതന ക്ഷേത്രങ്ങളിലെ കരിങ്കൽ പ്രതിമയുടെ ദൃഢതയും ത

ണുപ്പും നിർവികാരത്വവും നിറക്കാനാഗ്രഹിച്ചു. കാലുകൾക്കിനിയും ജീവിതത്തിന്റെ ദൂരം താണ്ടാനുള്ളതുകൊണ്ടയാൾ എങ്ങോ പോകുന്ന കാളവണ്ടിയുടെ പുറകിൽ കയറിക്കൂടി. അവസാനം എത്തിപ്പെട്ടത് ഈ കവുങ്ങിൽതോപ്പുകളുടെ ഓരത്തായിരുന്നു.

അവന്റെ ജീവിതപുസ്തകം തുറന്നപ്പോൾ ദൈവം അവനോട് പറഞ്ഞുകാണണം. നിന്റെ രോഗവും അനാഥത്വവും എല്ലാം ഞാൻ ഏറ്റെടുക്കുന്നു. എന്റെ വീട്ടിൽ നിനക്ക് അന്തിയുറങ്ങാനും ഭക്ഷണത്തിനും പ്രയാസമുണ്ടാവില്ല. ഇരുണ്ട സായാഹ്നങ്ങൾക്കു പകരം നിന്നിൽ പ്രകാശത്തിന്റെ ഒരു പുതിയ പ്രഭാതം എനിക്കു കാണണം. സാർവ്വലൗകിക മാതൃത്വം നൽകുന്ന ഈ ഭൂമിയിൽ ഒരു ചെറു പയ്യനു ജീവിക്കാനിടമില്ലെന്നു കരുതരുത്.

സാഗരത്തിന്റെ അഗാധത പോലെയാണ് ലോകം. അതിൽ മുങ്ങിയാൽ മാത്രമാണ് മുത്തും പവിഴവും വാരാനാകുന്നത്. അല്ലാത്തവർ പുറമേ നിന്നു കണ്ടു ഭയന്ന് തിരിച്ചുപോകുന്നു എന്ന തിരിച്ചറിവോടെ നീ എന്നോടൊപ്പം വന്നോളൂ എന്നു പറഞ്ഞു അപ്പ കൂട്ടികൊണ്ടുവന്ന ആളായിരുന്നു അത്. പിന്നീട് ജീവിതത്തിന്റെ ഒടുക്കം വരെ ഞങ്ങളിലൊരാളായി അദ്ദേഹം കൂടെ നിന്നു.

*****

കെട്ടുകഥകളല്ലാത്ത ജീവിതങ്ങൾ

നമ്മളനുഭവിക്കാത്ത ജീവിതമെല്ലാം നമുക്ക് കെട്ടുകഥകൾ മാത്രമാണെന്ന് ബെന്യാമിൻ ആടുജീവിതത്തിൽ പറയുന്നുണ്ട്. അത്തരം കെട്ടുകഥകളുണ്ട് നമുക്ക് ചുറ്റിലും. ഒരു പാട് നാളുകളായി ഇവർ അനുഭവിക്കുന്ന ജീവിതം സ്നേഹ രാഹിത്യത്തിന്റേതാണ്. സ്നേഹം തേടി അലയുന്ന ഒരു മനസ്സ് അവരുടെ ശ്രീകോവിലിൽ ചിരപ്രതിഷ്ഠ നേടിയ ദേവിയായി കുടിയിരിക്കുന്നു. എന്നാൽ ആ ദേവിയോടടുക്കാൻ ആരും ഇഷ്ടപ്പെടുന്നില്ല. അവരുടെ ഇടങ്ങളിലേക്ക് ആ മനസ്സ് എത്തി നോക്കാൻ പോലും ഭയപ്പെടുന്നു. നെഞ്ചോടു ചേർത്തു വെച്ചവരിൽനിന്നും കുടിയിറക്കപ്പെട്ടതിന്റെ ആകുലതയോർത്ത് കരഞ്ഞു കരഞ്ഞു മുഖം വീർത്തവർ. ആ ദു:ഖത്തിന്റെ തീക്ഷ്ണതയിൽ നിന്ന് ധൈര്യം സംഭരിച്ച് സ്വന്തമായൊരു ഭാവനാ സാമ്രാജ്യം കെട്ടിപ്പടുത്ത് അവിടെ അശ്വമേധ യാഗം നടത്താൻ അവരുടെ വിരലുകൾ നഷ്ടപ്പെട്ട കൈപ്പത്തികളും മുരടിച്ചു വികൃതമായ പാദങ്ങളും ആഗ്രഹിക്കുന്നു. ഒരു നിമിഷം ഞങ്ങൾ തിരസ്കൃത സമൂഹമാണ് എന്നവർ മറന്നു പോകുന്നു. പ്രത്യേകം തയ്യാറാക്കിയ പാദരക്ഷകൾക്കുള്ളിൽ വേദനയറിയാത്ത കാലുകളെ തിരുകിക്കയറ്റി നടന്നടുക്കുമ്പോൾ ഭയപ്പാടോടെ ഓടിയകലുന്ന സാധാരണക്കാരന്റെ ഭീതി ഇവരെ വീണ്ടും ഒറ്റപ്പെടുത്തുന്നു.

വ്യവസ്ഥാപിതമായ ചുറ്റുപാടുകളോട് കലഹിക്കുന്ന ഒരു മനസ്സ് വാർത്തെടുക്കാനാവാത്ത വിധം ഒച്ചിനെ പോലെ തന്നിലേക്ക് തന്നെ ചുരുണ്ടുപോകുന്നു. കഴിവുറ്റ കലാകാരൻമാർക്കു പോലും അപ്രാപ്യമായ ശിൽപങ്ങൾ സർഗാത്മകതയോടെ ഇവർ ചെയ്തു തീർക്കുന്നു.

പാതിവിരലറ്റ കൈപ്പത്തിയിൽ നിന്നും ജന്മമെടുക്കുന്ന പൂർണ്ണകായ പ്രതിമകൾ എന്നെ നോക്കി പരിഹസിച്ചു ചിരിക്കുന്നു. ശിൽപിയെ കാണിച്ചാൽ അറപ്പുകൊണ്ട് ശിൽപമെടുക്കാതെ പോകുന്ന വ്യാവസായിക പ്രമുഖരോടെനിക്കു അവജ്ഞ തോന്നി. എങ്കിലും പ്രദർശന വസ്തുവാകാനാഗ്രഹിക്കാത്ത അവർക്കതൊരാശ്വാസമായിരുന്നു.

അവരുടെ സൃഷ്ടികളെയും ജീവിതത്തെയും അതിന്റേതായ എല്ലാ

വൈരുധ്യങ്ങളോടെയും സങ്കീർണ്ണതകളോടെയും അനുദിനം അനുഭവിച്ചറിയാൻ സാധിച്ചിരുന്നുവെങ്കിലും അപ്പ ഒഴികെ മറ്റാരോടും എന്റെ പ്രവർത്തനങ്ങളെക്കുറിച്ച് വെളിപ്പെടുത്തിയിരുന്നില്ല. നാട്ടിൽ നിന്നും ഏറെ ദൂരം യാത്രയുള്ളതുകൊണ്ട് അപ്പയല്ലാതെ മറ്റാരും എന്നെ കാണാൻ വന്നതുമില്ല. ഒരുതരത്തിലുള്ള ആദർശവൽക്കരണവും അക്കാലത്ത് എന്റെജീവിതത്തിൽ ലോകത്തിനു മുമ്പിൽ ഉയർത്തിക്കാട്ടാൻ ആഗ്രഹിച്ചിരുന്നില്ല. എങ്കിലും അന്യവൽക്കരിക്കപ്പെട്ട് ഇരുണ്ട ഇടനാഴികളിൽ ജീവിതം ജീവിച്ചുതീർക്കുവാൻ മരണഭയം നിർബന്ധിക്കുമ്പോഴും പുഴുക്കളരിക്കുന്ന കൈകാലുകളോടെ ഭിക്ഷാംദേഹികളായി കഴിയുന്നവരെ പുനരധിവസിപ്പിക്കണമെന്നും ഇന്ത്യൻ സർക്കാർ അനുവദിച്ചവിലപിടിപ്പുള്ള മരുന്നുകൾ നേരിട്ടവരുടെ കൈകളിലെത്തിച്ച് അവരെ കുഷ്ഠരോഗത്തിൽ നിന്നും വിമുക്തരാക്കി പുതിയൊരു ജനതയാക്കി സമൂഹത്തിൽ നിറുത്തണമെന്നും മാത്രമേ ആഗ്രഹിച്ചിരുന്നുള്ളൂ.

അവരുടെ വേദനകളിലേക്ക് കൂടുതൽ ഇറങ്ങിച്ചെന്നപ്പോൾ എനിക്ക്

അറപ്പും വെറുപ്പും എല്ലാം അന്യമായിരുന്നു.

എങ്കിലും ദൊപ്പണ്ണ എന്ന ആജാനുബാഹുവായ രോഗിയുടെ ഉള്ളം കാലിലെ വ്രണത്തിൽ നിന്ന് തോണ്ടിയെടുത്ത അറുപത്തി നാലു പുഴുക്കൾ ഇന്നും എന്റെ മനസ്സിൽ അരിക്കുന്നതായി തോന്നുന്നു. ജീവിച്ചിരിക്കേ പുഴുവരിക്കുന്ന അവസ്ഥ. ഹോ ഭയാനകം. ആ അവസ്ഥയിൽ ആരും നോക്കാനില്ലാതെ കുടുംബത്തിൽ നിന്നും ആട്ടിയിറക്കപ്പെട്ട് ചൂടും തണുപ്പും സ്പർശനവും തിരിച്ചിറിയാനാവാത്ത ശരീരവും പേറി വഴിയരികിൽ അന്തിയുറങ്ങേണ്ടി വരുന്നവർ. അപ്പോഴെല്ലാം എനിക്കു സഹായവും പ്രചോദനവുമായി നിന്നത് ഡോ. മെക്കാടൻ എന്ന ആംഗ്ലോ ഇൻഡ്യൻ മെഡിക്കൽ ഡയറക്ടറും കുടുംബവുമായിരുന്നു. രോഗികൾക്കു കൊടുക്കുന്ന അതേഭക്ഷണം തന്നെ നമ്മളും കഴിക്കണം എന്ന തത്വത്തിലേക്ക് എന്നെ എത്തിച്ചതും അദ്ദേഹമായിരുന്നു. അവരുടെ വിരസമായ ദിനങ്ങളിലേക്ക് സന്തോഷവും പ്രതീക്ഷയുമെത്തിക്കാൻ ഞങ്ങൾ തെരുവുനാടകങ്ങൾ സംഘടിപ്പിച്ചു.

കലയിലും സാഹിത്യത്തിലും അഭിനയത്തിലും താൽപര്യമുള്ളവരെ ഒന്നിപ്പിച്ചു ക്ലാസുകളും ചമയങ്ങളില്ലാതെ ലഘുനാടകങ്ങളും അവതരിപ്പിച്ചും രോഗികളിൽ ശാന്തിയും ക്ഷമയും നിറച്ചു. അവർക്കുവേണ്ടി സായാഹ്ന സദസ്സുകൾ സംഘടിപ്പിക്കാൻ വലിയ മരച്ചുവടുകൾ കാത്തുനിന്നു. അധ്വാനത്തിന്റെ ഫലം സമ്പാദ്യമാക്കി മാറ്റാനവരെ പഠിപ്പിച്ചു. അതികഠിനവും വിശ്രമമില്ലാത്തതുമായ ജോലിയും തെരുവിലെ രോഗികൾക്കായുള്ള അലച്ചിലും ഭക്ഷണം കഴിക്കാൻ സമയം കണ്ടെത്താതിരുന്നതുമെല്ലാം എന്നെ ന്യൂമോണിയ എന്ന അസുഖം കീഴ്പ്പെടുത്താൻ കാരണമായി. ആ പനിയിലും യാത്ര ചെയ്തിട്ടായിരിക്കാം ആരോഗ്യസ്ഥിതി വളരെ മോശമായി.

ഇനിയും അവിടുത്തെ പരിമിത സാഹചര്യത്തിൽ കഴിഞ്ഞാൽ ജീവൻ നഷ്ടപ്പെടും എന്നതുകൊണ്ട് എന്നെ കേരളത്തിലേക്ക് തിരിച്ചയക്കാൻ തീരുമാനിച്ചു. ആംബുലൻസിനു ചുറ്റും കണ്ണുനീരോടെ എനിക്കുവേണ്ടി ദൈവത്തോട് നിലവിളിച്ചു പ്രാർഥിക്കുന്ന ഒരു കൂട്ടം കുഷ്ഠരോഗികളാണ് ഞാൻ കണ്ടതിൽവെച്ച് ഏറ്റവും നിഷ്കളങ്കരായ ജനത. നമ്മുടെ മനസ്സിൽ അവർക്കെല്ലാം ഒരിടമുണ്ടാകട്ടെ. നമ്മൾ ജീവിക്കാത്ത ജീവിതങ്ങളൊന്നും കെട്ടുകഥകളല്ല....

*****

മാറ്റം

പലപ്പോഴും ഏകയായി ഉമ്മറപ്പടിയിൽതനിച്ചിരിക്കുമ്പോൾ വർണ്ണഭംഗിയുള്ള അപരിചിതരായ ചില കിളികൾ തോട്ടത്തിൽ വന്ന് സൗരഭ്യമുള്ള പൂക്കൾ നോക്കി തേൻ കുടിക്കുമായിരുന്നു. അവയുടെ ചിറകുകളുടെ നൃത്തവും മനോഹരമായ സംഗീതവും തിരിച്ചറിയാൻ പഠിക്കുംമുമ്പേ അവ ദൂരേ ദൂരേ പറന്നു പോകും. എങ്കിലും വിദൂരങ്ങളിൽ നിന്നും അവ കൊണ്ടുവരുന്ന വിചിത്ര സുന്ദരമായ സംഗീതവും വർണ്ണശബളമായ സൗന്ദര്യവും എന്റെ നിറം കെട്ട മനസ്സിൽ എന്തെന്നില്ലാത്ത സന്തോഷവും പ്രതീക്ഷയും വിതച്ചിരുന്നു. വരുമോ ഇല്ലയോ എന്നറിയാഞ്ഞിട്ടും പിന്നീട് പലപ്പോഴും ഞാൻ അവയെ പ്രതീക്ഷിച്ചിരുന്നു.

ഞാനറിയാതെ തന്നെ എന്റെ കണ്ണുകൾ അവയെ തേടിയിരുന്നു. കാണാതിരുന്നപ്പോൾ എന്റെ മനസ്സിൽ എന്തെന്നറിയാത്ത ഒരു നഷ്ടബോധം അനുഭവപ്പെട്ടിരുന്നു. അപ്രതീക്ഷിതമായി മറ്റെവിടെയെങ്കിലും കണ്ടെത്തുമ്പോൾ ഞാൻ അമിതമായി ആഹ്ലാദിച്ച് ഒരുകൊച്ചു കുട്ടിയെപ്പോലെ തുള്ളിച്ചാടുമായിരുന്നു.

പൂത്തുലഞ്ഞു നിൽക്കുന്ന മുറ്റത്തെ ചെറിപ്പഴം തിന്നാൻ വരുന്ന പുള്ളിക്കുയിലും, കരിങ്കുയിലും മൈനയും തത്തയുമെല്ലാം എന്നുമെനിക്ക് കൗതുകമായിരുന്നു. ഉയരം കുറഞ്ഞ് പടർന്നു പന്തലിച്ച്, നിറയെ ഇലകളും കായ്കളുമായി നിൽക്കുന്ന ചെറി മരം എന്നുമെനിക്ക് ക്രിസ്തുമസ് ട്രീ ആയി കാണാനായിരുന്നു ഇഷ്ടം. അതിലെ കായ്കൾ പറിക്കാൻ വരുന്ന കുട്ടികളോട് എനിക്കു നീരസം തോന്നിയിരുന്നു. മിനുസമുള്ള പച്ച ഇലകൾക്കിടയിൽ കാണുന്ന ചുവന്ന ചെറി പഴങ്ങളിൽ പ്രഭാത സൂര്യന്റെ കിരണങ്ങൾ പതിക്കുമ്പോൾ അവ പ്രകാശിക്കുന്ന ചുവന്ന മാലബൾബുകൾപോലെ കൗതുകം ജനിപ്പിക്കുന്നവയായിരുന്നു.

പുള്ളിക്കുയിലുകൾ വന്ന് അവ കൊത്തി വിഴുങ്ങുമ്പോൾ തൊണ്ടയിൽ നിന്നും താഴോട്ടിറങ്ങാൻ വേണ്ടി കൂടുതൽ ശ്വാസം എടുക്കുമ്പോൾ കഴുത്തിലെ മസിലുകൾ മുഴച്ചുവരുന്നതും ഞാൻ സസൂക്ഷ്മം നോക്കിയിരിക്കുമായിരുന്നു. എങ്കിലും അവയുടെ ചുവന്നിരിക്കുന്ന വായും നാ

ക്കും എനിക്കു ഇഷ്ടമില്ലാത്ത ഒന്നായിരുന്നു. നീണ്ടുമെലിഞ്ഞ ചെമ്പരത്തി ചെടിയിലുണ്ടാകുന്ന വെള്ളയും റോസും നിറത്തിലുള്ള ഭംഗിയുള്ള പൂക്കൾ എന്റെ മനസ്സിൽ ഒരു ചോദ്യം ഉയർത്തിയിരുന്നു. എങ്ങിനെ ഒരേ ചെടിയിൽ നിന്നും വേറെ നിറമുള്ള പൂക്കൾ വിരിയുന്നു. എങ്ങിനെ ചില പൂക്കൾക്ക് മാത്രം ചില ഇതളുകൾ വെള്ളയും റോസും ഇടകലർന്നുവരുന്നു എന്നത് ഞാൻ ഓർത്തെടുക്കാൻ ശ്രമിച്ച കാര്യങ്ങളായിരുന്നു. അത്ഭുതം വിരിയിക്കുന്ന ഈ ചെമ്പരത്തിയുടെ കൊമ്പ് എവിടെനിന്ന് കൊണ്ടുവന്ന് നട്ടു എന്നത് മറവിയുടെ മാറാല പിടിച്ച കോണിൽ നിന്ന് ചികഞ്ഞെടുക്കാൻ ഇന്നും സാധിക്കുന്നില്ല. എന്നാൽ ഓർത്ത് ചിരിക്കാൻ പറ്റിയ ഒരു സന്ദർഭമുണ്ടായിരുന്നു. വാർദ്ധക്യത്തിലേക്ക് കാലെടുത്ത് വെച്ച പൗലോസ് ചേട്ടനും റോസമ്മ ചേട്ടത്തിയും ഭവന സന്ദർശനത്തിനു വന്നപ്പോൾ രണ്ടു നിറത്തിൽ ഒരേ ചെടിയിൽ നിൽക്കുന്ന ചെമ്പരത്തി പൂക്കളോട് എന്തെന്നില്ലാത്ത ഒരു സ്നേഹം

തോന്നി. ഉടൻ തന്നെ റോസമ്മ ചേട്ടത്തി പൗലോസ് ചേട്ടനോട് പറഞ്ഞു, എത്ര മനോഹരമായ പുഷ്പങ്ങൾ, ഇതിന്റെ മനോഹാരിതയും വർണ്ണങ്ങളും എനിക്ക് പുതുമയാണ്. ഞാൻ കണ്ടിട്ടുള്ള ചെമ്പരത്തി പൂക്കളെല്ലാം ചുകപ്പാണ്. ഇങ്ങിനെയൊന്ന് ഞാൻ മറ്റെവിടെയും കണ്ടിട്ടില്ല. ഇതിന്റെ വിത്തുകൾ എനിക്ക് വേണം. എന്റെ വീട്ടിലും എന്റെ മകന്റെ വീട്ടിലും എല്ലാം എനിക്ക് നടണം. ഞാൻ അതിശയിച്ചു ചെടിയിലേക്ക് നോക്കി ങ്ഹേ! ഇതിനു വിത്തോ? ഞാൻ കണ്ടിട്ടില്ലല്ലോ.

ഉള്ളിലെ ചോദ്യം പുറത്ത് വരുന്നതിനു മുമ്പേ ഞാൻ മനസ്സിലാക്കി അടുത്ത് നിൽക്കുന്ന വളരെ ഉയരമുള്ള തേക്കുമരത്തിൽ നിന്നും ചെമ്പരത്തിയിലേക്ക് വീണുകിടക്കുന്ന ഉണങ്ങിയ കായ്കൾ ആണ് ചെമ്പരത്തിയുടെ വിത്തുകളെന്ന് കരുതി ശേഖരിയ്ക്കുന്നത്. എന്നാൽ അവരെ നിരാശപ്പെടുത്തേണ്ടെന്ന് കരുതി ഞാനാസത്യം പുറത്തു പറഞ്ഞില്ല. അവർ ആ കായ്കൾ ശേഖരിച്ച് ഒരു പഴയ ദിനപത്രത്തിന്റെ താളുകളിൽ പൊതിഞ്ഞ് ഭദ്രമായി കൊണ്ടുപോകുന്നത് ചെറു ചിരിയോടെ ഞാൻ നോക്കി നിന്നു. അല്ലെങ്കിലും എനിക്കറിയാം മുമ്പ് പല കാര്യങ്ങളും ഉള്ളിലൊതുക്കി നിസ്സംഗമായി നിൽക്കുക എന്നത് എന്റെ സ്വഭാവത്തിന്റെ ഒരു ഭാഗമായിരുന്നു.. എന്നിലെ എന്നെ തീർത്തത് മലയാളത്തിന്റെ പശപ്പുള്ള, ജാതിവ്യവസ്ഥകളുള്ള, സമ്പന്നനും ദരിദ്രനും തമ്മിൽ വ്യത്യാസവും വരമ്പും നിശ്ചയിച്ചിരുന്ന, ഗ്രാമാന്തരീക്ഷത്തിൽ നിന്നാണെങ്കിലും എന്റെ സ്വഭാവം രൂപപ്പെടുത്താൻ ആ ഗ്രാമത്തിന് വളരെ കുറച്ച് മാത്രമേ കഴിഞ്ഞിട്ടുള്ളൂ. അന്യഘടകങ്ങളുടെ മിശ്രണം എന്റെ ജീവിത്തിൽ ധാരാളമുണ്ടായിരുന്നു. കാരണം കുടുംബാന്തരീക്ഷം എന്നെ ഒരു പരിധിവരെ സ്വാധീനിച്ചിരുന്നു. സേവനവും ശുശ്രൂഷയും ഒരു തപസ്യയാക്കിയിരുന്ന പിതാവിന് ജാതിഭേദമോ നിറവ്യത്യാസങ്ങളോ, സമ്പന്നനോ, ദരിദ്രനോ എന്ന തരംതിരിവോ ഉണ്ടായിരുന്നില്ല. ആ മനസ്സിന്റെ വിശാലത വീടിന്റെ പുറത്തായിരുന്നു അറിയപ്പെട്ടിരുന്നത്. എന്നാൽ മൂത്ത സഹോദരൻ ഒരു വിദ്യാഭ്യാസ സംസ്കാരത്തിന്റെ ലോകത്തിൽ മാത്രം രൂപപ്പെട്ട ഒരു അസംസ്കൃത വസ്തുവായിരുന്നു. അങ്ങനെയുള്ളവർക്ക് കമ്പോളങ്ങളിൽ മേൽത്തരം സ്ഥാനങ്ങൾ ഉണ്ടായിരുന്നു. അദ്ദേഹം സ്ഥാനങ്ങൾക്ക് വേണ്ടി മാത്രം ജീവിച്ച ഒരാളുമായിരുന്നു. അദ്ദേഹം ബിരുദപ്പട്ടങ്ങൾ അലങ്കാരമായി വെക്കാൻ ആഗ്രഹിച്ചിരുന്നു. അതുകൊണ്ടുതന്നെ സംസാരിക്കേണ്ടവരും സംസർഗ്ഗം പുലർത്തേണ്ടവരും ആരാണെന്ന് കൃത്യമായി നിശ്ചയിച്ചിരുന്നു. എന്നാൽ അപ്പനോട് അതൊന്നും പറയാൻ കഴിയാത്തതിനാൽ ഒന്നും ശഠിക്കുക

യും പറയുകയും ചെയ്തില്ല. എന്നാൽ ഈ വിലക്കുകളെല്ലാം ഞങ്ങൾക്ക് ബാധകമായിരുന്നു. അത് പാലിക്കാതിരുന്നാൽ ശകാരം പതിവായിരുന്നു. അലക്കാൻ വരുന്ന മണ്ണാത്തിയോടും അടുക്കളയിൽ സഹായിക്കുന്ന മറിയമ്മയോടും, പറമ്പിൽ പണിയെടുക്കുന്ന ജാനുവിനോടും ഒന്നും അധികസമയം സംസാരിക്കാൻ അനുവാദമില്ലായിരുന്നു. അടുക്കള ഭാഗത്തുള്ള ഉമ്മറക്കോലായിൽ മാത്രമായിരുന്നു അവർക്ക് ഭക്ഷണം വിളമ്പിയിരുന്നത്. ഒരിക്കലും അവർ അകത്ത് കടക്കുവാൻ ശ്രമിച്ചില്ലായിരുന്നു. എങ്കിലും വിറകുവെട്ടുന്ന കുഞ്ഞിരാമന്റെ പാട്ട് കേൾക്കാൻ ഞാൻ അടുക്കളയുടെ വാതിൽപ്പടിയിൽ ചാരി നിൽക്കുക പതിവായിരുന്നു. അയാൾക്ക് സിനിമാഗാനങ്ങൾ അറിയില്ലായിരുന്നു. എല്ലാം പൊറാട്ട് നാടകങ്ങളിലെ പാട്ടുകളായിരുന്നു പാടിയിരുന്നത്. അയാൾ ഒരു കൈനോട്ടക്കാരനെപ്പോലെ കുട്ടികളായ ഞങ്ങളുടെ കൈകൾ പിടിച്ച് ഭാവി പറയുമായിരുന്നു. ഒന്നും ശരിയല്ലെന്നറിഞ്ഞിട്ടും അത് കേൾക്കാൻ എനിക്ക് വലിയ ഇഷ്ടമായിരുന്നു. അയാൾക്ക് നന്നായി ഇംഗ്ലീഷും കണക്കും അറിയാമായിരുന്നു. എങ്കിലും വെട്ടിയൊതുക്കാത്ത മുടിയും നീട്ടിവളർത്തിയ നഖങ്ങളും, മുറുക്കാൻ ചവക്കുന്ന വായും കറുപ്പ് നിറമുള്ള മുണ്ടും പഴകിയ ഷർട്ടും, തോളിലെ മഴുവും അയാളുടെ പാശ്ചാത്യവിദ്യാഭ്യാസത്തിന്റെ അറിവിനെ മറച്ചുവെച്ചിരുന്നു. ഇടക്കിടെ കാറ്റിൽ പറന്നുവരുന്ന സോവിയറ്റ് യൂണിയൻ എന്ന ഇംഗ്ലീഷ് മാസികയുടെ മുഷിഞ്ഞ താളുകൾ എടുത്ത് ആർത്തിയോടെ അയാൾ വായിക്കുന്നത് കാണാം. അപ്പോഴേക്കും അമ്മ പറയും, കുഞ്ഞിരാമാ... കഞ്ഞി കുടിച്ചോളൂ എന്ന്. അയാൾക്ക് അമ്മയോട് വലിയ സ്നേഹമായിരുന്നു. അമ്മാ... എന്നുള്ള നീട്ടിയ വിളി നിഷ്കളങ്കമായ, പരിധികളില്ലാത്ത, തിരിച്ച് പ്രതീക്ഷിക്കാത്ത ഒരു സ്നേഹത്തിന്റെ വലിയ ഉൾവിളിയായിരുന്നു. പണിയില്ലാത്തപ്പോഴും കടന്നുവരുന്ന അയാൾക്ക് അമ്മ നൽകുന്ന രണ്ട് രൂപാ നോട്ടുകൾ വളരെ വിലപ്പെട്ടതായിരുന്നു.

ചാരം തേച്ചു മിനുക്കിയ ഓട്ടുകിണ്ണത്തിലെ നിറഞ്ഞു തുളുമ്പുന്ന കഞ്ഞി അയാൾക്ക് സ്നേഹത്തോടെ മാത്രമാണ് അമ്മ നൽകിയിരുന്നത്. കുറച്ച് കൂടി മുതിർന്നപ്പോൾ ഞാൻ കണ്ടു അയാൾ പൂരത്തിന് ചെണ്ട കൊട്ടാൻ പോകുന്നത്. അപ്പോഴും അയാൾ ആ കറുത്ത മുണ്ടു തന്നെയാണ് ഉടുത്തിരുന്നത്. അയാൾ സ്വയം മറന്ന് ചെണ്ട കൊട്ടുന്നത് എനിക്ക് അത്ഭുതത്തോടെ മാത്രമേ കാണാൻ കഴിഞ്ഞിരുന്നുള്ളൂ. പിന്നീട് ഞാൻ പലപ്പോഴും അമ്മയോട് ചോദിച്ചിട്ടുണ്ട് അമ്മേ എങ്ങനെയാണ്

കുഞ്ഞിരാമൻ ഭ്രാന്തനായതെന്ന്. അമ്മ പറയും പഠിച്ച് പഠിച്ച് വല്യ ആളായപ്പോ ബോംബെയിൽ ജോലിക്ക് പോയതാണ്. അവിടെ ഒരു പെണ്ണ് കൈവിഷം കൊടുത്തു. അങ്ങനെ അയാൾ ഭ്രാന്തനായി എന്ന്. അതിന്റെ ആഴമേറിയ അർത്ഥങ്ങളിലേക്ക് എന്നെ കൊണ്ടുപോകാൻ ഒരിക്കലും അമ്മ താൽപര്യം കാണിച്ചില്ല.

പുതുമകൾ ഉൾക്കൊള്ളാൻ കഴിയാത്തവരായിരുന്നു എന്റെ ഗ്രാമവാസികൾ. പരിഷ്ക്കാരികളെ എന്നും അവർ പിറുപിറുപ്പോടെയേ നോക്കിയിട്ടുള്ളൂ. ഞങ്ങളെ അവർ ചെറിയ പരിഷ്ക്കാരികളുടെ കൂട്ടത്തിൽ തന്നെയാണ് കണ്ടിരുന്നത്. കാരണം അപ്പനാണ് ഏറ്റവും ആദ്യം അവിടെ ഫുൾ കൈ ഷർട്ട് ധരിച്ചതും ഇംഗ്ലീഷ് റാലി സൈക്കിൾ ഉപയോഗിച്ചതുമെല്ലാം. അമ്മായി പൂനയിൽ നിന്നും വരുമ്പോൾ നീട്ടിവളർത്തിയ കൈ നഖങ്ങളിൽ പോളീഷ് തേച്ച് മിനുക്കിയും, ചുണ്ടിൽ ചായം തേച്ച് ചുവപ്പിച്ചും തോളിൽ വാനിറ്റി ബാഗ് തൂക്കിയുമാണ് നടന്നിരുന്നത്. അത് ഉൾക്കൊള്ളാൻ കഴിയാത്തത് കൊണ്ട് എല്ലാവരും പറയും "ലക്ഷ്മീബായി" തമ്പുരാട്ടി വരുന്നുണ്ടെന്ന്. എങ്കിലും സുന്ദരിയും നീണ്ട മുടിയുള്ളവളും ആൺ പെൺ വ്യത്യാസമില്ലാതെ എല്ലാവരോടും ധാരാളം സംസാരിക്കുന്നവളുമായ അമ്മായിയെ കാണാൻ പറമ്പിലും വേലി കമ്പികളിലും, ജനൽക്കമ്പിക്കരുകിലും ധാരാളം പേർ നിൽക്കാറുണ്ട്. അവരെല്ലാം ഉള്ളിൽ കൊതിയോടും ആരാധനയോടും തന്നെയാണ് അമ്മായിയെ നോക്കിയിരുന്നത്. അമ്മായി വീട്ടിൽ വരുന്നത് എനിക്കും ഇഷ്ടമായിരുന്നു. കാരണം, വരുമ്പോൾ കൊണ്ടുവരുന്ന മിഠായിയും പലഹാരങ്ങളും മാത്രമല്ല, സരസവും സന്തോഷവുമായി സംസാരിച്ച് ആളുകളെ ആകർഷിക്കാനുള്ള ആ കഴിവും അമ്മായിക്കുണ്ടായിരുന്നു. അമ്മായിയെപ്പോലെ എനിക്കതില്ലായിരുന്നു. അമ്മായി വരുന്നതെപ്പോഴും കൊയ്ത്ത് കാലത്തായിരുന്നു. കാരണം അമ്മായിക്ക് സ്ത്രീധനമായി കിട്ടിയ നിലത്തിലെ വിളവ് അറിയാനും നെല്ല് വിറ്റ് പണം കൊണ്ട് പോകാനുമാണ്. അന്നു വീട്ടിൽ ഒരു നെല്ല് കുത്ത് പുരയുണ്ടായിരുന്നു. അവിടെയാണ് ഉരലും ആട്ട് കല്ലും ഇട്ടിരുന്നത്. അവിടെ നിന്ന് പുലയ സ്ത്രീകൾ ചേറലും, നെല്ല് കാറ്റത്തിടലും അരിയിടിക്കലും എല്ലാം ചെയ്യുമായിരുന്നു. അവരെല്ലാം നിറഞ്ഞ പുഞ്ചിരിയോടെ മുറത്തിൽ താളം പിടിച്ച് കൊണ്ട് നാടൻപാട്ടുകൾ മൂളിക്കൊണ്ടാണ് ജോലി ചെയ്തിരുന്നത്. നെല്ല് കാറ്റത്ത് ഇടുമ്പോൾ പതിര് മാറ്റാൻ മുറം കൊണ്ട് വീശികൊടുക്കാൻ ഞാൻ താൽപര്യം കാണിച്ചിരുന്നു.

അത് വീശാനുള്ള താൽപ്പര്യം കൊണ്ടല്ല മറിച്ച് അവർ പാടുന്ന നാ

ടൻ പാട്ടുകൾ കേൾക്കാൻ വേണ്ടിയായിരുന്നു. അതിലെ തരം താഴ്ന്ന തരത്തിലുള്ള വാക്കുകളും അവിശ്വസനീയമായ ഈരടികളും എനിക്ക് രസകരമായി തോന്നി. എന്നാൽ അത് ഒരിക്കലും പാടാൻ ഞാൻ ധൈര്യപ്പെട്ടിരുന്നില്ല. അവരിൽ ബുദ്ധിമതികളായ സ്ത്രീകൾ വടക്കൻപാട്ടുകൾ മുഴുവൻ പാടിയിരുന്നു. അതിന്റെ അർത്ഥമെല്ലാം ഒരു അദ്ധ്യാപികയെപ്പോലെ എനിക്ക് പറഞ്ഞുതരുമായിരുന്നു. ഇതെല്ലാം അവരുടെ വരവുകൾ മനസ്സുകൊണ്ട് സ്വാഗതം ചെയ്യാൻ എനിക്ക് കാരണമായി.

ഉരലിനു ഇരുവശമായി നിന്ന് രണ്ട് സ്ത്രീകൾ ഒരു കാൽ അല്പം മുന്നോട്ടുനീട്ടിവച്ച മുണ്ടുകയറ്റി കുത്തി ഉലക്കകൾ കൈമാറി മാറി ഇടിക്കുമ്പോഴുള്ള ശബ്ദവും അവരുടെ ഉച്ചത്തിലുള്ള മൂളലോടുകൂടിയ ശ്വാസവും, മേൽമുണ്ടിട്ട് മറക്കാത്ത മാറിടം ഉയർന്നു താഴുന്നതും, വിയർപ്പ് പൊടിയുന്ന മൂക്കും താടിയും എല്ലാം അവർക്ക് അലങ്കാരമായിരുന്നു. ഇതിനെല്ലാം പ്രകൃതിയുടെ താളവും ഉണ്ടായിരുന്നു. നാട്ടിലെ ഏറ്റവും വലിയ കലാകാരന്മാർക്കുപോലും വരയ്ക്കാൻ പറ്റാത്ത താളം ആ ശ്വാസത്തിനുണ്ടായിരുന്നു. ദൈവത്തിന്റെ കലാസൃഷ്ടിയുടെ താളം! അതിന്റെ ജീവശ്വാസത്തിന്റെ സംഗീതം! അവരുടെ മേൽമുണ്ടിടാത്ത മാറിനെ മുഴുവൻ മറക്കാത്ത ജാക്കറ്റിന്റെ വലിപ്പകുറവിനെയാരും കുറ്റം പറഞ്ഞില്ല. ആ നഗ്നതയെ ആരും മോശപ്പെട്ട കണ്ണുകളോടെ നോക്കിയില്ല. അവരെ ആരും വിമർശിച്ചില്ല. കാരണം അന്നത്തെ ജനങ്ങളുടെ ഉള്ളിൽ അങ്ങനെയൊരു ചിന്ത അവരെക്കുറിച്ച് ആർക്കും വന്നില്ലായിരുന്നു. അല്ലെങ്കിൽ അവർക്ക് അതൊന്നും ശ്രദ്ധിക്കാൻ നേരമില്ലായിരുന്നു. കാരണം അരച്ചാൺ വയറിന്റെ വിശപ്പു തീർക്കാൻ കഠിനാദ്ധ്വാനം ചെയ്യുകയെന്നതായിരുന്നു അവരുടെ ഉള്ളിൽ. അവരുടെ ചിന്തകളിൽ ആ വിളവെടുപ്പിന് ലഭിച്ച നെല്ലിന്റെ അളവ് മാത്രമായിരുന്നു. ഏത് വയലിലാണ് ഏറ്റവും കൂടുതൽ വിളവ് ലഭിച്ചതെന്ന് അറിയാൻ അവർ ആകാംക്ഷ കാണിച്ചിരുന്നു. എന്നാൽ ബണ്ട് മുറിഞ്ഞും കാലവർഷം ചതിച്ചും വിളവുകൾ നഷ്ടപ്പെടുമ്പോൾ ദാരിദ്ര്യം ഉച്ചകോടിയിലെത്തുമ്പോൾ അവർ നിരാശപ്പെട്ടിരുന്നില്ല. കർഷക ആത്മഹത്യകൾ നടന്നിരുന്നില്ല. കാരണം വായ് കീറിയവൻ ഇര തരും എന്നവർ വിശ്വസിച്ചിരുന്നു. ദാരിദ്ര്യത്തിലും അവരുടെ മക്കൾ പള്ളിക്കൂടത്തിൽ പോയി. പലരുടെയും മക്കൾ നന്നായി പഠിച്ചു. പലരുടെയും പെൺമക്കൾ നീണ്ട ജാക്കറ്റും നിലം തൊടുന്നത്ര നീളമുള്ള പാവാടയും ധരിച്ച് ഉന്നത വിദ്യാഭ്യാസത്തിന് പട്ടണത്തിലേക്ക് പോകാൻ തുടങ്ങി. പട്ടണത്തിന്റെ പരിഷ്കാരങ്ങൾ പലതും അവർ അവരുടെ ജീവിതത്തിൽ പകർത്താൻ ശ്രമിച്ചു.

ചുരിദാറും ജീൻസും അവരുടെ സ്വപ്നങ്ങളിൽ ഇടംപിടിച്ചു. അവരുടെ സാമ്പത്തിക ആവശ്യങ്ങൾ വർദ്ധിച്ചു. വൈകുന്നേരങ്ങളിൽ വൈകിയെത്തുന്ന അവർ സന്ധ്യാദീപം തെളിക്കാൻ മറന്നുപോയി. അവരുടെ ജീവിതവീക്ഷണത്തിന് വ്യതിയാനം സംഭവിച്ച് തുടങ്ങി. പ്രണയലേഖനങ്ങൾ അവരുടെ പുസ്തകത്താളുകളിൽ ഇടംപിടിച്ചു. പകലുകൾ സിനിമാശാലകളിലും ഭോജനശാലകളിലും ചെലവഴിക്കാൻ അവർ ഇഷ്ടപ്പെട്ടു. സ്നേഹം നടിക്കുന്ന പുരുഷന്മാരെ അവർ സ്വയം മറന്ന് സ്നേഹിച്ചു. അവരുടെ സ്വപ്നങ്ങൾക്ക് ചിറകുകൾ മുളച്ചു. അവരുടെ വസ്ത്രധാരണത്തിന് നിറങ്ങൾ ഏറി വന്നു. അവരുടെ ദേഹത്തിന് വിയർപ്പ് മണം ഇല്ലാതായി. പകരം സുഗന്ധദ്രവ്യങ്ങൾ സ്ഥാനം പിടിച്ചു. മാതാപിതാക്കൾ പട്ടണങ്ങളിൽ നിന്നും വരുന്ന മക്കളെ ബഹുമാനത്തോടെ നോക്കി. മാറ്റത്തെ വിദ്യാഭ്യാസത്തിന്റെ ഭാഗമായി കണ്ടു. എന്നാൽ ചിലരെങ്കിലും നല്ല വിദ്യാഭ്യാസം ആഗ്രഹിച്ചു. അവരുടെ കൈകളിൽ പുസ്തകതാളുകൾ മറിഞ്ഞുകൊണ്ടേയിരുന്നു. വയലിൽ കറ്റ ചുമക്കുമ്പോൾ നടന്നുകൊണ്ട് പുസ്തകം വായിച്ചു. വഴിവിളക്കുകൾക്കിടയിൽ മഴയില്ലാത്ത രാത്രികാലങ്ങൾ ചിലവഴിച്ചു. ആ വെളിച്ചം അവരുടെ വിദ്യാഭ്യാസത്തിലേക്ക് വെളിച്ചംവീശി. വായനശാലകളിൽ പുസ്തകങ്ങൾ തേടിയലഞ്ഞു. ഒഥല്ലോയും മാക്ബത്തും ഷേക്സ്പിയറും സോക്രട്ടീസും മേരിക്യൂറിയും പിയറിക്യൂറിയും അവർക്ക് പ്രചോദനമായി. പട്ടണത്തിലെ സമയങ്ങളിൽ അധികവും പുതിയ ജോലിസ്ഥാപനങ്ങൾ തേടിയലഞ്ഞു. ഗ്രാമങ്ങൾ വിട്ട് പലരും പട്ടണങ്ങളിലും വിദേശരാജ്യങ്ങളിലും ജോലി തേടിപ്പോയി. മാസാദ്യവാരങ്ങളിൽ വരുന്ന അവരുടെ പണം വീടിന്റെ പട്ടിണി മാറ്റി. പാടവും പറമ്പും ജീവിത പ്രശ്നമല്ലാതായി. പലരും പണിക്ക് വരാതായി, അവരുടെ വീടുകളിൽ ഞാൻ നേരിട്ടു ചെന്നു. അപ്പോൾ അവർക്ക് തങ്ങളോടുതന്നെ ബഹുമാനം തോന്നി. ഞാനവരെ വീണ്ടും അവരുടെ വിയർപ്പുവീണ മണ്ണിലേക്ക് ക്ഷണിച്ചപ്പോൾ ഒഴിവുകഴിവുകൾ പറഞ്ഞു. ഞാൻ വീണ്ടും ചെന്നു. അവരുടെ മക്കൾ പറഞ്ഞു ഇനി അച്ഛനും അമ്മയും പണിക്ക് പോവണ്ട എന്നു ഞങ്ങൾ തീരുമാനിച്ചു. ഒരു ബുദ്ധിമുട്ടും ഇല്ലാതെ കഴിയാൻ ഞങ്ങൾ കൊടുക്കുന്നുണ്ട്. പാടത്തും പറമ്പിലും വെയിൽ കൊള്ളാതായപ്പോൾ അവരുടെ കറുത്ത ശരീരത്തിന് അല്പം നിറവിത്യാസം വന്നതായും കറുപ്പ് കുറഞ്ഞ് മിനുസം കൂടിയതായും വിയർപ്പിന്റെ മണം ഇല്ലാതായതുപോലെയും എനിക്ക് തോന്നി. അവരുടെ നഖങ്ങൾക്കിടയിൽ കട്ടപിടിച്ചു ചളിയും കരിയും ഒന്നും ഉണ്ടായിരുന്നില്ല. പാദങ്ങളിൽ വര

വീണ് മുറിഞ്ഞിരുന്നില്ല. മാറുമറയ്ക്കാത്ത ജാക്കറ്റുകൾക്ക് പകരം വലിയ ഉടുപ്പുകൾ ധരിച്ചിരുന്നു. എന്റെ മനസ്സ് സന്തോഷിച്ചു. അവരുടെ കഷ്ടപ്പാടുകൾക്ക് അന്ത്യം കണ്ടിരിക്കുന്നു എന്ന് സന്തോഷിച്ചു ഞാൻ തിരിഞ്ഞു നടക്കവേ അവരുടെ പുഞ്ചിരിയില്ലാത്ത മൂളിപ്പാട്ടില്ലാത്ത മുഖത്തേക്ക് വീണ്ടും നോക്കിയപ്പോളവർ പറഞ്ഞു, ഒഴിവുകിട്ടിയാൽ ഞാൻ അമ്മയെ കാണാൻ വരുന്നുണ്ട് എന്ന്. ഞാൻ ഒന്നും പറഞ്ഞില്ല. കാരണം രാവിലെ ഞാൻ ഉണരുന്നതിനുമുമ്പ് മുറ്റത്ത് നിൽക്കുന്ന അവരുടെ മുഖമാണ് എന്റെ മുന്നിൽ ഉണ്ടായിരുന്നത്. അവരിലെ മാറ്റങ്ങൾക്കൊന്നും സന്തോഷം നൽകാൻ ആവുന്നില്ല എന്നെനിക്ക് മനസ്സിലായി. പിന്നീട് ഒരു നാൾ സാരിയുടുത്ത് മുടിയെല്ലാം ചീകി കെട്ടിവച്ച് കാലിൽ ചെരുപ്പുകൾ ധരിച്ച് അവർ വീണ്ടും കടന്നുവന്നു. ഞാൻ ചോദിച്ചു എന്താ ഇങ്ങോട്ടെല്ലാം വഴി അറിയ്യോ. അവർ പറഞ്ഞു. 'ഈ വഴി മറക്കാൻ പറ്റുമോ, ഇവിടുന്ന് കുടിച്ച കഞ്ഞിക്കും, ഇവിടുന്ന് കിട്ടിയ സ്നേഹത്തിനും പകരം വെക്കാൻ എന്തുണ്ട്? ഇന്ന് മക്കളെല്ലാം വലിയവരായി. കൂലിപ്പണിക്കാരായ മാതാപിതാക്കൾ അവർക്ക് അപമാനമാണ്. പണ്ടത്തെ ദാരിദ്ര്യത്തിൽ ഒരു സന്തോഷമുണ്ടായിരുന്നു. സമാധാനമുണ്ടായിരുന്നു. സ്നേഹമുണ്ടായിരുന്നു. പങ്കുവെപ്പുണ്ടായിരുന്നു. ഇന്നെന്താ, മകനും മരുമകളും വന്ന് കേറിയാൽ പിന്നെ അവർ മുകളിലെ നിലയിൽ പോവും. ഞാൻ ഒറ്റക്കാണ് താഴെ. ആരും മിണ്ടാനില്ലാത്തതുകൊണ്ട് അടുത്ത വീടുകളിൽ പോകുന്നത് അവർക്ക് ഇഷ്ടമല്ല. ഞാൻ എന്തൊക്കെയാണ് പറയുക എന്ന പേടിയാണ്. പണ്ട് നമുക്ക് രഹസ്യങ്ങൾ ഒന്നും ഇല്ലല്ലോ. ഇന്നെല്ലാം രഹസ്യമല്ലേ. കൂട്ടിലിട്ട ആടിനെപ്പോലെയാണ് ഞാനിപ്പോൾ. ആസ്പത്രിയിൽ പോവുന്നു എന്ന് പറഞ്ഞാണ് ഇങ്ങോട്ട് വന്നത്. ആ വലിയ വീട്ടിനുള്ളിലെ ഏകാന്തത എനിക്ക് വലിയ ശൂന്യതയായി തോന്നുന്നു. ഭൂതാവിഷ്ടയെപ്പോലെ ദിവസം മുഴുവൻ ആ വീടിനുള്ളിൽ അലഞ്ഞ് തിരിഞ്ഞ് നടക്കും. മുരടിച്ച വർത്തമാന കാലത്തിന്റെ ഇരുണ്ട അതിർത്തിക്കുള്ളിൽ ഞാൻ അടയ്ക്കപ്പെടുന്നു. എന്റെ ഭൂതകാല ഓർമകളെ നിധിപോലെ ഞാൻ ഭൂമിയിൽ കുഴിച്ചിട്ടിരിക്കുകയാണ്. കാരണം മണ്ണും ഞാനും തമ്മിലുള്ള ബന്ധം അവർക്കറിയില്ല. ഇവിടുത്തെ ഓരോ മൺതരിക്കും എന്റെ ഭാഷ മനസ്സിലാകും. ഞാൻ ചോദിക്കുന്ന വിളകൾ തരുന്ന മണ്ണാണിത്. അതിലേക്ക് മടങ്ങുവോളം എനിക്ക് സ്വസ്ഥതയില്ല. എന്റെ പകലുകൾക്ക് ശോഭയില്ല. വിവിധങ്ങളായ ശബ്ദങ്ങളില്ല. രാത്രികൾ വിരസങ്ങളാണ്. പഴയദിനങ്ങളുടെ മജ്ജയും മാംസവും ഇല്ലാത്ത വെറും അസ്ഥികൂടമാ

ണ് ഞാനിപ്പോൾ. എന്നാൽ കാണുന്നവർക്ക് ഞാൻ ഇപ്പോൾ ഷാജഹാന്റെ മണിമാളികയിലിരിക്കുന്ന തമ്പുരുവാണ്. ശരിയാണ് ഞാൻ മീട്ടപ്പെടുന്നില്ല. തുണിയിട്ട് മൂടി, ഭദ്രമായി സൂക്ഷിച്ച നാദമില്ലാത്ത വാദ്യോപകരണമായി മാറിയിരിക്കുന്നു. അന്ന് അവർ ഇരുന്ന് സംസാരിച്ചത് വീടിനകത്തായിരുന്നു. ആരുടെയും അകത്തളങ്ങളിലേക്ക് പ്രവേശനം ലഭിക്കാൻ മാത്രം അവർ വളർന്നു. അല്ലെങ്കിൽ ഒരു വേലക്കാരിയിൽ നിന്നും വിരുന്നുകാരിയിലേക്കുള്ള ദൂരം അവർ പിന്നിട്ടു. എന്തു തന്നെയായാലും മനസ്സിലെ വേദനയുടെ ഭാരം ഇറക്കി വെക്കാനാണ് വന്നതെന്ന് എനിക്ക് മനസ്സിലായി.

*****

പുനർജ്ജനി

അവസാനത്തെ ഓർമ്മ സ്നേഹത്തിന്റേതായിരിക്കും. അമ്മ മരിക്കുന്നത് മക്കളെകുറിച്ചുള്ള ഓർമകളും പേറിക്കൊണ്ടായിരിക്കും. ബാക്കിയെല്ലാം അവരുടെ കൈകളിൽ ശൂന്യമായിരിക്കും. അത്രകാലം ജീവനുതുല്യം പ്രണയിച്ച ഭർത്താവുപോലും നേരിയ വെളിച്ചമായി മാത്രമേ കാണൂ. അവിടെ അധികാരമോ, കിരീടമോ, മുഖത്ത് ചായങ്ങളോ, മതസംഘർഷമോ കടന്നുവരില്ല. അനാഥരാക്കപ്പെടുന്ന മക്കളെകുറിച്ചു മാത്രമാണ് ചിന്തയുണ്ടാവുന്നത്. അവരുടെ ജീവിതത്തിലെ ശാന്തിയും, സംരക്ഷണവും മാത്രമാണ് ആ അമ്മയുടെ പ്രാർത്ഥന. ഏകാന്തതയുടെ സർഗ്ഗ പ്രക്രിയയും, മൃതിയും, സ്മൃതിയും, കുടുംബവും എല്ലാം മിന്നി മറഞ്ഞു കടന്നു പോകുമ്പോഴും അബോധത്തിന്റെ നിബിഡമായ വനം പോലെ കടന്നുവരുന്നത് മക്കൾ മാത്രമാണ്. ഇത് അനുഭവത്തിന്റെ പ്രമേയങ്ങളുടെ ഉറവിടമാണ് പറയിക്കുന്നത്. ഇവിടെ ഭാഷയോ സമൂഹമോ ഒന്നും കടന്നു വരുന്നില്ല. ശക്തമായ സ്നേഹത്തിന്റെ പൊക്കിൾക്കൊടി ബന്ധത്തിൽ നിന്നാവാം അവസാനത്തെ ആത്മഭാഷണം നടക്കുന്നത്. എന്നാൽ ശരീരത്തിൽ നിന്നും ആത്മാവ് വിട്ടുപോകും എന്നു തോന്നുമ്പോൾ ജീവിത പങ്കാളിയുടെ സാമീപ്യം അവൾ അതിയായി കൊതിക്കുന്നു. തണുപ്പ് ബാധിച്ചു തുടങ്ങുന്ന കൈവെള്ളകൾ അയാളുടെ നെഞ്ചിലെ താപം കൊണ്ട് ചൂടുപകർന്ന് മരണമെന്ന തണുത്ത സർപ്പത്തെ ആട്ടിയോടിക്കുമെന്നവൾ ആഗ്രഹിക്കുമ്പോഴും വാർഡിലെ നേഴ്സുമാർ സ്റ്റേഷനിൽ സംവദിച്ചുകൊണ്ടിരിക്കുന്ന ശബ്ദം അലോസരത്തോടെ കേൾക്കാതിരിക്കാനാഗ്രഹിക്കുന്നു. തന്നിൽ പടർന്നു കയറുന്ന മരണത്തിന്റെ ഗന്ധം കട്ടിലിനു മുകളിലേക്ക് എടുക്കുന്നു എന്നു തോന്നുമ്പോൾ വെറും പതിനാലുകാരനായ മകനോട് പറയുന്നു നീ എന്റെ തലക്കൽ ഇരുന്ന് കൈവെള്ളകൾ തിരുമ്മിതരണം. നീ പോയാൽ എന്നെ മരണം എടുക്കും. അതാ കട്ടിൽ മുകളിലേക്ക് പൊങ്ങുന്നു. കാലുകൾ നഷ്ടപ്പെട്ടതുപോലെ.. ഒന്നുമറിയാൻ പാകമാകാത്ത മകന്റെ മറുപടി, ഇല്ലമ്മേ കട്ടിൽ ഇവിടെ തന്നെയുണ്ട്.

ഞാൻ ആ കട്ടിലിലാണിരിക്കുന്നത്. അവിടെ രണ്ടുപേരും അനുഭവിക്കുന്ന ഒരു അരക്ഷിതാവസ്ഥയുണ്ട്, ആന്തരികസംഘർഷമുണ്ട്. അത് വാക്കുകൾക്കതീതമാണ്. അറിയാതെ കണ്ണുകൾ നിറഞ്ഞൊഴുകുന്ന അവസ്ഥ. അവിടെ ഇഹലോകത്തിലെ എല്ലാ ബന്ധങ്ങളും ഭേദിച്ച് ആത്മസത്തയുടെ അതിരുകൾ ലംഘിച്ച് വിശാലതയിലേക്ക് പറന്നുയരുന്ന ഒരവസ്ഥ. അത് ഒരിക്കലെങ്കിലും അനുഭവിച്ച ഒരാൾക്ക് ജീവിതത്തെക്കുറിച്ച് ഒരിക്കലും വാചാലനാകാനാവില്ല. മരണം തന്നിലേക്കടുക്കുമ്പോഴുള്ള സ്വയം വിചിന്തനത്തിനു വഴിയൊരുക്കുന്നു.

വർഷങ്ങൾക്കു ശേഷമുള്ള ആദ്യത്തെ ദൂരയാത്ര. മകനെയുംകൊണ്ട് ബന്ധു ഭവനങ്ങളും സുഹൃത്തുക്കളെയും സന്ദർശിച്ചു കർണ്ണാടകയിലെത്തിയതാണ്. അവധിദിനങ്ങൾ എന്നും വിരസമായി തള്ളി നീക്കുന്നു എന്ന പതിവ് പല്ലവിയിൽ നിന്നുമുള്ള മോചനത്തിനായിരുന്നു ആ യാത്ര. മനോഹരമായ കൂർഗിലെ സായാഹ്നവും നനുത്ത മഴയുള്ള പ്രഭാതവും പിന്നിട്ടു കാട്ടുപൂക്കൾ കഥപറയുന്ന തെരുവോരങ്ങളെ ഉപേക്ഷിച്ചു പോകാനാവാതെ മനസ്സ് അവിടെ തങ്ങിനിന്നപ്പോഴും വാഹനത്തിന്റെ ചക്രങ്ങൾ അതിന്റെ കറക്കം തുടർന്നുകൊണ്ടേയിരുന്നു. തെരുവുകളിൽ കണ്ട കുടിലുകളും താമസക്കാരും എനിക്കപരിചിതരായി

രുന്നുവെങ്കിലും അവരുടെ ചാണകം മെഴുകിയ മുറ്റത്തെ പൂക്കൾ വള രെ പരിചിതവും മോഹിപ്പിക്കുന്നവയും ആയിരുന്നു. വണ്ടി നിറുത്തി മ നോഹരമായ പൂക്കളെ പ്രണയത്തോടെ താലോലിക്കുന്നതുകണ്ടപ്പോൾ ആ വീട്ടുകാരും എനിക്ക് പരിചിതരായി. ആരും തിരിഞ്ഞനോക്കാറില്ലാ ത്ത അവരുടെ പൂക്കളെ ഇത്രയും സ്നേഹിക്കുന്ന പഥിക അവരുടെ കൗതുകമുണർത്തി. കുറേ വിത്തുകളും കമ്പുകളും ശേഖരിച്ച് നിന്റെ കുഞ്ഞുങ്ങളെ ഞാൻ ദൂരദേശങ്ങളിലും വളർത്തും എന്ന് ഉറപ്പുകൊടു ത്തു കൊണ്ടുപോരുമ്പോഴും അവരുടെ പ്രകാശിതമായ മുഖങ്ങളും കൂ ടെ കൊണ്ടുപോന്നിരുന്നു. ആഹ്ലാദകരമായ ആ യാത്രയുടെ അന്ത്യം എവിടെ എന്നു ഞങ്ങൾ തീരുമാനിച്ചിട്ടില്ല. ആ തീരുമാനം നമുക്കുള്ള തല്ല. അത് പ്രപഞ്ചസ്രഷ്ടാവിനുള്ളതാണ്. നാം യാത്ര ചെയ്തുകൊ ണ്ടേയിരിക്കുക. എങ്കിലും നമ്മുടെ അബോധ മനസ്സ് നമ്മോടു മന്ത്രി ച്ചുകൊണ്ടേയിരിക്കും. ഇത് നല്ലതാണ്. ഇത് മോശമാണ്. ഇത് നിന്റെ ഉയർച്ചയാണ്. ഇത് നിന്റെ അപകടമാണ് എന്നെല്ലാം. പക്ഷെ ഒരിക്ക ലും നാമവക്ക് ചെവികൊടുക്കാറില്ല. ചെവി കൊടുക്കുന്നവരെ ലോകം ഭ്രാന്തനെന്നു വിളിക്കുന്നു; മണ്ടനും പേടിത്തൊണ്ടനുമായി ചിത്രീകരി ക്കുന്നു.

വിനാശകരമായതിന് അടക്കവെയ്യാത്ത ആകർഷണമുണ്ടായിരിക്കും. അതേ ആകർഷണം തന്നെയാണ് അവിടെയും ഞാൻ കണ്ടത്. ബോ ട്ടിംഗ് എന്ന ബോർഡു കണ്ട് ആ വഴിക്കു തിരിഞ്ഞു പോയതാണ് ഞ ങ്ങൾ. പക്ഷെ മനോഹരമായ കാവേരി നദിയിലൂടെയുള്ള ട്യൂബ് ബോ ട്ടിംഗ് എന്റെ മനസ്സിൽ വല്ലാതെ ഭയം ജനിപ്പിച്ചു. ഭീതിദമായ വലിയ അപകടം ആ ട്യൂബിനകത്തു ഒളിഞ്ഞിരിക്കുന്നതായും കുത്തൊഴുക്കിൽ മറയുന്ന ട്യൂബിൽ നിന്നും നീന്തൽ വശമില്ലാത്ത ഞങ്ങൾ മരണമഖു ത്തേക്ക് വലിച്ചെറിയപ്പെടുന്നതായും എന്റെ ഉള്ളം മന്ത്രിച്ചുകൊണ്ടിരു ന്നു. അസ്വസ്ഥമായ എന്റെ മനസ്സ് അന്നോളം കണ്ടിട്ടുള്ള എല്ലാ അപ കട മരണങ്ങളും കൺമുമ്പിൽ കാണിച്ചു തന്നു. ഇല്ല ഞാനീ ബോട്ട് യാത്രക്കില്ല. നിങ്ങളും പോകരുത് എന്ന വിലക്ക് ബാലിശമായ വാശി യായി തള്ളിക്കളഞ്ഞു. മരണത്തെ മുന്നിൽ കാണുന്നവനോട് അതി നെ പുൽകാൻ പറയുന്ന അവസ്ഥ. പേടിത്തൊണ്ടിയായ അമ്മയെന്ന് മകനും, ഇത്രയും ജനം യാത്ര ചെയ്യുന്നിടത്ത് നീ മാത്രം കാണുന്ന മര ണം വെറും ഭാവനാസൃഷ്ടിയാണെന്ന് ഭർത്താവും തീർപ്പുകൽപ്പിച്ചു.

"ആറ്റുതീരത്തു നട്ട വൃക്ഷം തഴച്ചു വളരുന്നു. അത് പക്ഷികൾ ക്കും മനുഷ്യർക്കും ആശ്വാസമാകുന്നു." വേരുകൾ പുറത്തുവന്നു തുട

ങ്ങിയ ആ മരത്തിനരികിലെ തെളിനീരിൽ നിന്നും വെള്ളാരംകല്ലുകൾ പെറുക്കിയെടുത്ത് ദൂരങ്ങളിലെക്കെറിഞ്ഞു. അസ്വസ്ഥമായ മനസ്സിനെ നിയന്ത്രിക്കാൻ ശ്രമിച്ചു. ഇഷ്ടമില്ലാത്ത പാഠങ്ങൾ പഠിക്കാൻ നിർബന്ധിക്കപ്പെടുന്ന കുഞ്ഞിനെപ്പോലെ ഞാൻ പിൻ തിരിഞ്ഞുനിന്നു. ശ്രീരാമൻ വനവാസം നടത്തിയ വനം പോലെ ഏകാന്തമായി നീണ്ടുകിടക്കുന്ന കാട്ടിലേക്കു കണ്ണും നട്ട് നോക്കിനിന്നു സമയം തീർക്കാനാഗ്രിച്ചു. എങ്കിലുമവർ എന്നെ കരയിലുപേക്ഷിച്ചു പോകാൻ സന്നദ്ധരായില്ല. നിർബന്ധിച്ചു വിളിച്ചപ്പോൾ ചാറ്റൽമഴ നനഞ്ഞാൽ എന്റെ വസ്ത്രങ്ങളിലൂടെ ശരീരഭാഗങ്ങൾ മറ്റുള്ളവർ കാണുമെന്ന മുടന്തൻ ന്യായം മുന്നിൽ വെച്ചെങ്കിലും നിർബന്ധിച്ചും ശാസിച്ചും ആ മരണത്തിന്റെ നിലാവുപെയ്യുന്ന തോണിയിലേറ്റി. അപായകരമായ രുചി ഞാൻ നുണഞ്ഞുകൊണ്ടേയിരുന്നു. സൂര്യൻ മരച്ചില്ലകളുടെ ഇടനാഴിയിലൂടെ എന്നെ നോക്കി പുഞ്ചിരിച്ചപ്പോഴും അസ്വതന്ത്രമായ മനസ്സിന്റെ തടവറയിൽ നിന്നും മോചനം ലഭിക്കാതെ നൂറു മീറ്റർ മാത്രം കഴിയുമ്പോൾ കാണുന്ന ചുഴിയിൽ നമ്മൾ മുങ്ങിപ്പോകും എന്നു ഭർത്താവിനോടും മകനോടും പറഞ്ഞുകൊണ്ടിരുന്നു. മരിച്ചവരുടെ ആത്മാക്കൾ തുഴയുന്ന തോണിപോലെ ഞാനതിനെ കണ്ടു. ജീവിതത്തെ പ്രണയിക്കുന്ന മനുഷ്യന്റെ ഒടുങ്ങാത്ത കാൽവെപ്പുകൾ സ്വപ്നം കണ്ടു. ആ തോണി ആദ്യമായി ചുഴിയിൽപെട്ടു വലതുവശത്തേക്ക് ചരിഞ്ഞതോടൊപ്പം മോൻ വെള്ളത്തിലേക്ക് തെറിച്ചുവീണു. വീഴുമ്പോൾ അവന്റെ ജീൻസിലുണ്ടായിരുന്ന എന്റെ കൈകൾ പിടിമുറുക്കി വലിച്ചു ബോട്ടിനടുത്ത് എത്തിച്ചപ്പോഴേക്കും ഞങ്ങൾ പൂർണ്ണമായും വെള്ളത്തിൽ വീണുകഴിഞ്ഞിരുന്നു. അതിലുണ്ടായിരുന്നവരെല്ലാം കാവേരി നദിയുടെ മാറിൽ ജീവനുവേണ്ടി നാനാവർണ്ണങ്ങളിലുള്ള പ്രത്യാശയുടെ വസന്തനൃത്തമാരംഭിച്ചു. ലൈഫ് ജാക്കറ്റിന് ഒരു സംരക്ഷണവും ജീവനുനൽകാനാവില്ല എന്ന സംശയത്തിനെ പുണർന്ന ആദ്യ നിമിഷം. കുറേ നേരം ആരെങ്കിലും എന്നെ കാണട്ടേ എന്ന് ആഗ്രഹിച്ച് കൈ പൊക്കി കാണിച്ചെങ്കിലും ഞാൻ സഞ്ചരിക്കുന്ന ജലപാത വിജനമാകുന്നുവെന്നും ശരീരത്തിന്റെ ഭാരം നഷ്ടപ്പെടുന്നുവെന്നും ആയിരം സൂര്യ തേജസ്സുകൾ കണ്ണിൽ വന്നു തറക്കുന്നുവെന്നും ശരീരത്തിന്റെ ആത്മീയതയിൽ വിശ്വസിച്ചു പ്രാർത്ഥിച്ചു വന്ന എല്ലാ ശക്തികളും മുന്നിൽ നിൽക്കുന്നതായും കണ്ടു. അവരോടെല്ലാം ഒന്നേ പ്രാർത്ഥിച്ചുള്ളൂ. എന്റെ മകനെ രക്ഷിക്കണേ.. എന്നു മാത്രം. സ്വന്തം ആത്മസത്തയെ പ്രകാശിപ്പിക്കാനുള്ള ഇത്രയും തീവ്രവും കഠിനവുമായ പരിശ്രമം ഇതിനു മുൻപൊരിക്കലും ഉ

ണ്ടായിട്ടില്ല. എങ്കിലും നിമിഷങ്ങൾക്കകം അബോധാവസ്ഥയിലേക്കു പോയികഴിഞ്ഞു. പിന്നീട് മണിക്കൂറുകൾക്കുശേഷം ചെറിയ ഓർമ്മയിൽ കേൾക്കുന്ന വാക്കുകൾ എന്റെ അമ്മയില്ലാത്ത ലോകത്ത് എനിക്കു ജീവിക്കണ്ട. എനിക്കും മരിച്ചാൽ മതി. എന്റെ അപ്പയെ കാണണം എന്ന വലിയ നിലവിളിയാണ്. കണ്ണുകൾ തുറന്നൊന്നു കാണാൻ മനസ്സ് ആഗ്രഹിച്ചുവെങ്കിലും ഉടൻതന്നെ ഒരു ശബ്ദം പോലും കാതുകളും സ്വീകരിക്കാതായി. പിന്നീട് സി.പി.ആർ. ന്റെ സഹായത്തോടെ ഓർമ്മ വന്നപ്പോൾ നാൽപത്തിരണ്ടടി ജലനിരപ്പുയർന്നു നിൽക്കുന്ന കാവേരിയുടെ വിരിമാറിൽ നിന്നും രക്ഷിച്ച രക്ഷാപ്രവർത്തകർ സ്ത്രീ ശരീരത്തിന്റെ പ്രലോഭിതമായ നിറവും മണവും മാർദ്ദവവും ഒന്നുമല്ല ശ്രദ്ധിച്ചത്. എന്നിലെ ജീവിന്റെ താളം മാത്രമാണ്. അവിടെ സദാചാരലംഘനമോ, പുരുഷാധിപത്യ സംസ്ക്കാരമോ അല്ല പ്രവർത്തിക്കുന്നത്. മരണത്തിന്റെ തടവറകളും അന്ധമേഖലകളും വലിച്ചു ചീന്തുകയും, ജീവന്റെ വാതിലുകൾ തുറന്ന് ഒരു പുനർജന്മം സാധ്യമാക്കുകയുമാണ് ചെയ്യുന്നത്. ഒരിക്കലും കണ്ടിട്ടില്ലാത്ത, അറിഞ്ഞിട്ടില്ലാത്ത പുരുഷന്റെ ദയയും കാരുണ്യവുമാണി ജീവിതമിപ്പോൾ. എല്ലാവരും അങ്ങിനെ ആയിരിക്കട്ടെ എന്നാഗ്രഹിക്കുന്നു. എന്റെ മക്കളുടെ ജീവിതം സ്നേഹത്തിനുവേണ്ടിയുള്ള അനാഥമായ അലച്ചിലിന്റെ ഒഴുക്കായി മാറാതിരിക്കൻ കാരണം ആ ചെറുപ്പക്കാരാണ്. പിന്നീടുള്ള മണിക്കൂറുകളും ദിനങ്ങളും, ജീവൻ മരണ പോരാട്ടത്തിന്റേതായിരുന്നു. ആന്തരികാവയവങ്ങളിൽ കടന്നു കൂടിയ അഴുക്കും വെള്ളവും സി.പി.ആർ. കൊണ്ടു തകർന്നുപോയ വാരിയെല്ലും, എല്ലാം കൂടി ശരീരം തിരിച്ചു പ്രതികരിക്കുന്ന അവസ്ഥ. ആശുപത്രിയിലെത്തുമ്പോഴേക്കും പൾസ് പോലും സീറോയിലെക്കെത്തിക്കൊണ്ടിരുന്നു. അവിടെയും രക്ഷിക്കാൻ ദൈവമൊരുക്കിയ ഡോക്ടർമാർ. ഒരു നിമിഷം വൈകിയിരുന്നുവെങ്കിൽ ഞങ്ങൾക്കൊന്നും ചെയ്യാനാവില്ലായിരുന്നുവെന്ന് വേദനയോടെ പങ്കുവെച്ചവർ. വൈദ്യന്റെ ജ്ഞാനം ഉന്നതങ്ങളിൽ നിന്നും വരുന്നു എന്ന സത്യം ഇവിടെ യാഥാർത്ഥ്യമാവുന്നു.

*****

അരണ അയ്യപ്പൻ

വ്യവസ്ഥിതിയുടെ ഏറ്റവും സംഘടിതമായ അടിത്തറ കുടുംബമാണ്. എന്നാൽ പലപ്പോഴും കുടുംബം സ്വാർത്ഥതയുടെ പ്രതീകവുമാകുന്നു. ദുർബലനേയും, രോഗിയേയും, തെമ്മാടിയേയുമെല്ലാം നിസ്സഹകരണത്തിലൂടെ തെരുവിലേക്കു വലിച്ചെറിയുന്നു. ശക്തിപ്പെടുത്തിയും സൗഖ്യപ്പെടുത്തിയും വീണ്ടെടുക്കുന്നതിനുപകരം ഒറ്റപ്പെടുത്തിയും, കുറ്റപ്പെടുത്തിയും മാനിസകമായി തളർത്തിയും ജീവിതം തകർന്ന ഒരു ചില്ലുപാത്രമാക്കി കുപ്പയിലെറിയുന്നു. ഇത് ആധുനിക സമൂഹത്തിന്റെ മാത്രം പ്രതികരണമല്ല. കാലാകാലങ്ങളായി കുടുംബങ്ങളിൽ തുടരുന്ന പാരമ്പര്യ, സാമ്പ്രദായിക മൂല്യങ്ങളുടെ തുടർച്ചയാണ്. ഇതിനെയെല്ലാം അതിജീവിക്കുന്നവരാണ് സമുഹത്തിൽ പിടിച്ചു നിൽക്കുന്നത്. ഇവിടെ ഗ്രാമീണ ശാലീനതകളിൽ പോലും ഒരു ഫ്യൂഡൽ ഗൃഹാതുരത നമുക്ക് കാണാനാവും.

അയ്യപ്പൻ ഗ്രാമത്തിന്റെ ശാലീനതയിൽ ദാരിദ്ര്യത്തിന്റെ നടുക്കളത്തിൽ പിറന്നുവീണ ഒരു കീഴ്ജാതിക്കാരനാണ്. അയാൾ ഒറ്റപുത്രനായിരുന്നില്ല. ഉടപിറന്നവർ എണ്ണത്തിൽ ധാരാളമുണ്ടായിരുന്നു. കുടുംബാസൂത്രണം കത്തിപടരാതിരുന്ന കാലഘട്ടമായിരുന്നതു കൊണ്ടാവാം അയ്യപ്പന്റെ മാതാപിതാക്കൾ അത് ചെയ്തതുമില്ല. അയ്യപ്പൻ സാക്ഷാൽ അയ്യപ്പസ്വാമിയെപോലെ വിഭാര്യനായിതന്നെ കഴിയേണ്ടിവന്നു. കാരണം എണ്ണക്കറുപ്പനായ അയ്യപ്പന് വലിയ കുടുംബത്തിലെ ദാരിദ്ര്യത്തിന്റെ സംഘർഷാവസ്ഥയിൽ മൺചട്ടിയിലെ കഞ്ഞിവെള്ളത്തിൽ വല്ലപ്പോഴും കാണുന്ന ചെറു വറ്റുകളെ വലവീശി പിടിക്കാനുള്ള പാടവം കുറവായിരുന്നു. അതുകൊണ്ടുതന്നെ വിശപ്പിന്റെ വേലിയേറ്റത്തിൽ പലപ്പോഴും അയാളുടെ വയറ് ഒഴിഞ്ഞ കടൽതീരം പോലെയായിരുന്നു. ആ കടൽതീരത്ത് വരേണ്യവർഗത്തിൽപെട്ടവരാരും തിരിഞ്ഞുനോക്കാനിഷ്ടപ്പെടാതിരുന്നത് അവൻ ഉപഭോഗസംസ്കാരത്തിന്റെ ഭാഗമല്ലാതിരുന്നതുകൊണ്ടായിരിക്കാം. അതുകൊണ്ടു തന്നെ ദാരിദ്ര്യം നക്കി തുടച്ചു കഴിഞ്ഞപ്പോൾ അയ്യപ്പൻ ഒരു ക്ഷയരോഗിയായി മാറി. റിഫാംബ

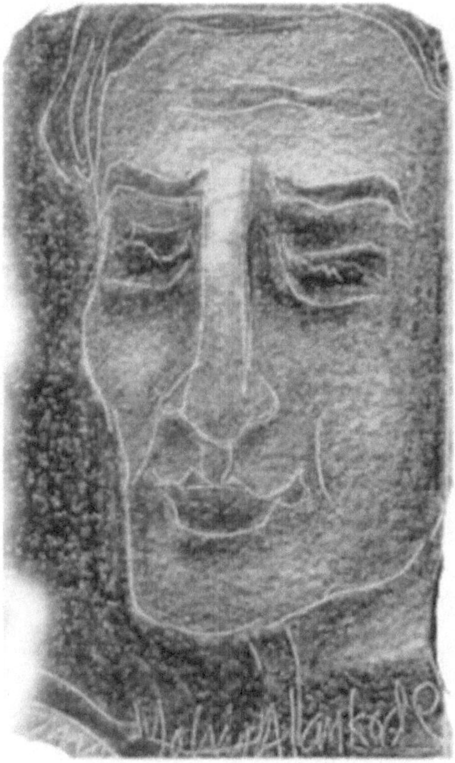

സിന്റെ വലിയ വില കാരണം സർക്കാർ അത് സാധാരണക്കാരന് പ്രാപ്യമാവുന്നവിധമുള്ള ഡിസ്പെൻസറികളിലൊന്നും വിതരണം ചെയ്തിരുന്നില്ല. പകരം ഏതൊരു രോഗത്തിനും ചുവപ്പോ, മഞ്ഞയോ ആയ മിച്ചർ എന്നറിയപ്പെടുന്ന കുടിമരുന്നുമാത്രം വിതരണം ചെയ്തു. കൂട്ടത്തിൽ ക്ഷയരോഗം പകരുന്നതാണ് എന്ന മുന്നറിയിപ്പു കൊടുക്കാൻ മറന്നില്ല. നല്ല ജീവിതസാഹചര്യമോ ഭക്ഷണ ക്രമങ്ങളോ, മരുന്നോ ഒന്നും സ്വപ്നം കാണാൻ കഴിയാത്ത അയ്യപ്പന് ചുമയും ക്ഷീണവും, പനിയും, എല്ലാം കുടി കൂടി വന്നു. നടക്കാൻ വയ്യാതായി. ഇനിയും കുടിലിൽ കിടന്നാൽ മറ്റുള്ളവർക്കും രോഗം പകരും എന്നതുകൊണ്ട് അയ്യപ്പൻ കൂരയിൽ നിന്നും പുറംതള്ളപെട്ടു. ഒപ്പം വീട്ടുകാരുടെ മനസ്സിൽ നിന്നും.

വ്രതം നോറ്റ് കെട്ടുനിറച്ച് മലകയറി അയ്യപ്പസ്വാമിയെ കാണാൻ പോ

കുന്നവരെല്ലാം പ്രഭാതകരിണങ്ങൾ ഭൂമിയിൽ പതിക്കും മുൻപേ ശരണം വിളികൾ തുടങ്ങും. ആപൽബാന്ധവനായ സ്വാമിയെ അയ്യപ്പാ എന്ന പേരുകേൾക്കുമ്പോൾ അങ്ങാടിയിലെ പീടികതിണ്ണയുടെ ഓരം ചേർന്നു പട്ടിയെപോലെ ചുരുണ്ടു കിടക്കുന്ന അയ്യപ്പൻ കോരിത്തരിക്കും. എന്റെ പേര് ആരും മറന്നിട്ടില്ല. അവർ ഏഴരവെളുപ്പിനേ എന്നെ വിളിച്ചുണർത്തുന്നു എന്ന ആത്മനിർവൃതിയിൽ പുതിയ സ്വപ്നങ്ങൾ നെയ്തു തുടങ്ങും. പക്ഷെ അയ്യപ്പനെ ശരണം വിളിച്ചുണർത്തിയ അയ്യപ്പ ഭക്തരെല്ലാം തിരിഞ്ഞുപോലും നോക്കാതെ അങ്ങാടിയും കടന്നു ഗ്രാമങ്ങളിലേക്ക് തിരിച്ചുപോയ്കൊണ്ടിരുന്നു. മണ്ഡലകാലം കഴിയും വരെ പ്രഭാതവും, പ്രദോഷവും അയ്യപ്പന്റെ നാമത്താൽ ശബ്ദമുഖരിതമായി. പക്ഷെ അയ്യപ്പൻ മാത്രം രോഗവും ദാരിദ്ര്യവും ചവച്ചു തുപ്പിയ ഒരു വെറ്റിലപോലെ ഒഴിഞ്ഞ ചാക്കിനകത്തെ കിടപ്പു തുടർന്നു. ക്ഷയരോഗിയുടെ ഈ പൊതുസ്ഥലത്തെ കിടപ്പ് കൂടുതൽ പേർക്ക് രോഗം പകർന്ന് നൽകും എന്നതുകൊണ്ട് ജനം ഭയവും രോഷവും കലർന്ന എതിർപ്പു പ്രകടിപ്പിക്കാനാരംഭിച്ചു. അങ്ങിനെ അയ്യപ്പന് ചികിത്സ ആരംഭിച്ചു. ജീവിതം കൈക്കുമ്പിളിൽ നിന്നും ചോർന്നുപോയി എന്നു കരുതിയവന് ഒരു ആശാകരിണം എന്നതിലുപരി പരിസരവാസികൾക്കു രോഗം പകരില്ല എന്ന ആശ്വാസമാണ് ഉണ്ടായിരുന്നത്. അപ്പോഴും ജീവിതത്തിന്റെ സമതലങ്ങളിൽ മനസ്സുകൊണ്ടുപോലും അയാൾ ചുറ്റിസഞ്ചരിച്ചില്ല എന്നതുമാത്രമല്ല നിറവേറ്റാനാകാത്ത ശരീരത്തിന്റെ ആവശ്യങ്ങൾക്കും ആത്മാവിന്റെ മോഹങ്ങൾക്കുമിടയിൽ അയാൾ ചുറ്റിസഞ്ചരിച്ചില്ല. ഇതിനു രണ്ടിനുമിടയിൽ അയാൾ ഒന്നുമത്രം പ്രണയിച്ചു. ആ പ്രണയം ആരെയും അറിയിച്ചില്ല. കാരണം പ്രണയസാക്ഷാൽകാരത്തിനായി അയാളുടെ പക്കൽ ഒന്നുമില്ല. ആകെ സമ്പാദ്യം തന്നെ ലാളിച്ചുകൊണ്ടിരിക്കുന്ന രോഗപീഡകൾ മാത്രമാണ്. അതുകൊണ്ടുതന്നെ അയാൾ സ്വന്തം പ്രണയത്തെ നിരാശന്റെ പ്രണയമെന്നു വിളിച്ചു. അവിടെ അയാളുടെ പ്രണയിനി മന്ദം മന്ദം കടന്നുവരുന്ന തണുത്ത സുഖമുള്ള മരണമായിരുന്നു. എന്നാൽ ചികിത്സ ആരംഭിച്ചതോടെ ആൾ അല്പം ഉന്മേഷവാനായി. റേഷൻകടയിൽനിന്നും മാറ്റപെടുന്ന പുഴുത്ത പച്ചരിമണികൾ അയാളുടെ ചളുങ്ങിയ ഭിക്ഷാപാത്രത്തിൽ മണം പരത്തികൊണ്ട് തിളച്ചുമറിഞ്ഞു. അയ്യപ്പൻ ദാരിദ്ര്യത്തിന്റെ കൊടുമുടി കീഴടക്കിയപ്പോഴും നീ എന്തെങ്കിലും കഴിച്ചോ? എന്ന് അന്വേഷിക്കാത്ത ജനം അയാൾ എന്തു കഴിക്കുന്നു എന്നു ഒളിഞ്ഞും തെളിഞ്ഞും നോക്കാൻ മടിക്കാറില്ല. അന്നും ഒരാൾ കഴിക്കുന്ന ഭക്ഷണത്തിന് സമൂ

ഹത്തിന്റെ അംഗികാരം വേണമെന്നത് സുവർണ്ണലിപികളിൽ അടയാള പ്പെടുത്താത്ത ഒരു നിയമമായിരുന്നു. അതുകൊണ്ടുതന്നെ അയ്യപ്പന്റെ കഞ്ഞികോപ്പയിലേക്ക് നോക്കിയവർ അത്ഭുതപെട്ടു. ഇയാൾക്ക് എവി ടെനിന്നും മീൻ കിട്ടി? പച്ച മത്തിയാണെന്ന് തോന്നുന്നു. അല്ല, നാലു കാലും നീണ്ടവാലുമുള്ള മത്തി ഒരു കടലിലും ഇല്ലാത്തതുകൊണ്ടവർ ഒരു ശാസ്ത്രകുതുകിയുടെ ജിജ്ഞാസയാർന്ന മിഴികളോടെ സൂക്ഷ്മ നിരീക്ഷണം നടത്തിയപ്പോൾ ജാതിയും കുലവും തിരച്ചറിഞ്ഞു. അ തൊരു അരണയാണ്. അവർ പറഞ്ഞു. അയ്യപ്പാ നീയാ കഞ്ഞി കുടി ക്കരുത്. അതിൽ അരണയുണ്ട്. വിഷമാണ്. നീ മരിക്കും! അയ്യപ്പൻ ചിരിച്ചു. വന്യമായ ഒരു ചിരി. തന്റെ പ്രണയിനിയായ മരണത്തെ പുൽ കാൻവേണ്ടിയുള്ള സുന്ദരവുമായ ചിരി. അതു കണ്ട് ജനം ഭയന്നു മാ റി. അയാൾ ജീവിതത്തിലെ ഏറ്റവും സ്വാദിഷ്ടവിഭവം പോലെ അര ണയെകൂട്ടി കഞ്ഞി മുഴുവൻ കുടിച്ചു. മരണമെന്ന പ്രണയിനിയെ കാ ത്ത് ആ ചാക്കിനകത്ത് സുഖസുഷുപ്തിയിലാണ്ടു, അയ്യപ്പനെ അട ക്കം ചെയ്യേണ്ടകാര്യങ്ങളെക്കുറിച്ചവർ അങ്ങാടിയിൽ ചർച്ച ചെയ്തു. പിറ്റേന്ന് പ്രഭാതത്തിൽ അയ്യപ്പന്റെ ശവദാഹത്തിനായെത്തിയവർ ഞെ ട്ടിപ്പോയി. അയ്യപ്പൻ മുൻപത്തേക്കാൾ ഉന്മേഷവാനായി ചിരിവിടർന്ന മുഖത്തോടെ എഴുന്നേറ്റിരിക്കുന്നു. കാലം തീർക്കാത്ത വേദനകളില്ല ല്ലോ! പിന്നീട് അയ്യപ്പൻ ആയിരം പൂർണ്ണ ചന്ദ്രന്മാരെ കാണുവോളം ഞങ്ങൾക്കിടയിൽ പുരമേഞ്ഞും, വേലികെട്ടിയും, സന്തോഷവാനായി ജീവിച്ചു. അരണ അയ്യപ്പനെന്ന പുതിയ നാമവുമായി.

*****

പ്രാണന്റെ രുധിരകണങ്ങൾ

ജൂലൈ 7, 2017. ജീവിതത്തിന്റെ തരളഭംഗികൾ സാന്ദ്രീഭവിച്ചു നിൽക്കുന്ന ഓർമ്മകൾ. അതാണ് കൗമാരം. ആ കൗമാരം നഷ്ടപ്പെടലുകളുടെ ദിനങ്ങളാകാതിരിക്കാൻ പ്രയത്നിക്കുമ്പോൾ ജീവിതം അർത്ഥവത്താകുന്നു. സ്നേഹത്തെ അന്വേഷിക്കുന്ന മനുഷ്യന്റെ തിരച്ചിലിനിടയിൽ കണ്ടുമുട്ടുന്നതെന്തും വർണ്ണശബളമായിത്തീരുന്നു. അവിടെ നിഴൽ പരത്തുന്ന മരണബോധം പോലും ആസ്വാദ്യമായിമാറുന്നു. മറ്റുള്ളവർക്ക് തന്നെപ്പറ്റിയുള്ള ആകുലതകൾ നിസാരവൽക്കരിച്ചുകാണാൻ ഈ കാലഘട്ടത്തിനു ബുദ്ധിമുട്ടില്ല. പ്രത്യേകിച്ച് ആൺകുട്ടികൾക്ക്. കലാലയ ജീവിതത്തിന്റെ മധുരം ആവോളം ആസ്വദിക്കാൻ തിടുക്കം കാട്ടുന്ന പ്രായം. സുന്ദരനും സുമുഖനും വാചാലനുമായതുകൊണ്ട് എല്ലാ പെൺകുട്ടികളും അയാളെ ഉള്ളിൽ പ്രണയിച്ചു. കായികയിനങ്ങളിൽ വ്യക്തിഗത ചാമ്പ്യനായി സ്കൂളിൽ വിലസുന്ന നാളുകൾ. അന്ന് ആകാശം തെളിഞ്ഞ് സൂര്യൻ അതിന്റെ എല്ലാ പ്രഭാവത്തോടും കൂടി ഉച്ചിയിൽ വന്ന നേരം. നൂറു മീറ്റർ ഓടി ജയിച്ച് ഇരുനൂറു മീറ്റർ വിജയം കൈ എത്തും ദൂരത്തായപ്പോഴാണ് അലക്സി ട്രാക്കിൽ തലചുറ്റി വീഴുന്നത്. അപ്രതീക്ഷിതമായ ആ സംഭവം എല്ലാവരിലും വലിയ വിഷമമുണ്ടാക്കി. ജില്ലാ ആശുപത്രി അടുത്തായതുകൊണ്ട് ഉടൻ അവിടെ പ്രവേശിപ്പിച്ചു. എല്ലാവരും അതൊരു ക്ഷീണിതന്റെ തലകറക്കമായി കണ്ടപ്പോൾ മെഡിക്കൽകോളേജിലെ അദ്ധ്യാപകൻ കൃത്യമായി രോഗനിർണ്ണയം നടത്തുകയായിരുന്നു. അയാൾ ഒരു ബ്ലഡ് കാൻസർ രോഗിയാണെന്ന് . എല്ലാവരുടെയും മനസ്സ് തകർന്നുപോയ ഒരു തിരിച്ചറിവ്! തുടർന്നുള്ള കാര്യങ്ങൾ എങ്ങിനെ മുന്നോട്ടു കൊണ്ടുപോകണം എന്നറിയാത്ത ഒരവസ്ഥ. മകനിലായിരുന്നു ആ അമ്മയുടെ പ്രതീക്ഷകളത്രയും. രാജ്യത്തിന്റെ കായിക സിംഹാസനത്തിൽ മകനെത്തുമെന്ന് തന്നെയായിരുന്നു അവരുടെ പ്രതീക്ഷകൾ. അതായിരുന്നു അവരുടെ സ്വപ്നങ്ങൾ. അതിനിടയിലെങ്ങനെ മൃത്യുവിന്റെ ചെറുനാമ്പ് തളിർക്കുന്നുവെന്ന് ആ അമ്മയോട് എങ്ങിനെ പറയും? എങ്കിലും ചില

സൂചനകൾ ലഭിച്ചു. കൗമാരത്തിൽ തന്നെ മൃത്യുവിനെ ആ അമ്മ സ്മൃതി ചിത്രത്തിലൂടെ സ്വയം വരിക്കാനാഗ്രഹിച്ചു. ഉദിച്ചുയരുമ്പോഴേ അസ്തമിക്കുന്ന ഒരു സൂര്യനുമില്ലെന്നിരിക്കേ സായംസന്ധ്യയിലെത്തിയവരുടെ അസ്തമയം മാറ്റിവെക്കുന്നതെന്തിനു എന്നു ചോദിക്കാനവർ മരണത്തിനുനേരെ ഭയമില്ലാതെ ശബ്ദുമുയർത്തി. മസ്തിഷ്കത്തിൽ ചുളിവു വീഴുമ്പോഴും ശബ്ദവീചികൾകൊണ്ടവർ നിയതിയെ ചോദ്യം ചെയ്തു.

വൈദ്യശാസ്ത്രത്തിന്റെ പുരോഗതിയും നെഞ്ചോടുചേർത്ത് നിർത്തിയ അമ്മയുടെ രോദനവുമായിരിക്കാം അവന് നാളുകൾ നീട്ടിനൽകി. ജീവിതവസന്തത്തിന്റെ കടന്നുപോക്ക് ആസ്വദിക്കാനയാൾ മറന്നില്ല. ജീവിത സമ്പാദനത്തിനുവേണ്ടി പുസ്തകങ്ങൾ വിൽക്കാനയാൾ വിദ്യാഭ്യാസ സ്ഥാപനങ്ങൾ കയറിയിറങ്ങി. വാക്കുകളോടൊപ്പം ജീവിതത്തിന്റെ അർഥങ്ങൾ മനസ്സിലാക്കികൊണ്ട് ലഭിച്ച ദിനങ്ങളെ പരിപൂർണ്ണമാക്കി.

അപ്പോഴാണ് പ്രണയഭരിതമായ തിളങ്ങുന്ന മുഖമുള്ള സോണി അയാളുമായി അടുക്കുന്നത്. അവരുടെ പ്രണയത്തിന് കടലിനേക്കാൾ ആഴമായിരുന്നു. പക്ഷേ; ആസന്നമായ മരണത്തെ മുന്നിൽ കണ്ടുകൊണ്ട് ഭാവിയെക്കുറിച്ചുള്ള ആശങ്കകളില്ലാതെ ജീവിതം ആസ്വദിക്കുന്ന ചെറുപ്പക്കാരന് പ്രണയം ആത്മാവിന്റെ ആഴങ്ങളെ സ്പർശിക്കുന്ന മായി

കലോകത്തിലെ മാസ്മരികാനുഭവമായിരുന്നു. അയാളുടെ കഥകേട്ട സോണി അതുവെറും കെട്ടുകഥയായി കണ്ടു. ഇത്രയും സുന്ദരനായ ചുറുചുറുക്കുള്ള ചെറുപ്പക്കാരൻ ഒരു രോഗിയാണെന്ന വിശ്വസിക്കാൻ അവളുടെ പ്രണയാതുരമായ മനസ്സിനായില്ല. അവളെ ആഹ്ലാദത്തിന്റെ ചക്രവാളത്തിൽ എത്തിക്കുന്ന ദിനങ്ങൾ. ഇവിടെ പ്രണയം പൊള്ളുന്ന അനുഭവമായപ്പോഴും അവൾ ആ തീയിൽ ചവിട്ടി നടക്കാനാഗ്രഹിച്ചു. ഒരു പുരുഷനമുമാത്രം നൽകാവുന്ന സുരക്ഷിതത്വം അവൾ ആഗ്രഹിച്ചിരുന്നതുകൊണ്ടു തന്നെ എല്ലാ എതിർപ്പുകളും മാറ്റി വീട്ടുകാർ അവരെ ഒന്നിപ്പിച്ചു. അവരുടെ തീവ്ര പ്രണയത്തിനു രാഗസൂചകമായി സോണി അമ്മയാകാൻ പോകുന്നു എന്ന സന്തോഷവാർത്തയിൽ എല്ലാവരും മതിമറന്നു നിൽക്കവേ വീണ്ടും അവന്റെ രോഗാതുരമായ ശരീരം ശല്യപ്പെടുത്താനാരംഭിച്ചു. എങ്കിലും ഊർജ്ജസ്വലമായ അവന്റെ മനസ്സ് കളിതമാശകൾ കൊണ്ടൊരു വൃന്ദാവനം തീർക്കുന്നുണ്ടായിരുന്നു. ശരീരവും മനസ്സും തമ്മിൽ വൈരുധ്യങ്ങളുടെ സങ്കലനമായിരുന്നു. അതുകൊണ്ടായിരിക്കാം അമലാ കാൻസർ റിസേർച്ച് സെന്ററിന്റെ വാർഡിൽ കിടന്ന് വീട്ടിലേക്കവൻ ഫോൺ ചെയ്തിട്ടു പറഞ്ഞു ഞാൻ വെറുതെ ഒന്ന് വിളിച്ചു നോക്കിയതാണ്. ഗൾഫിലെ നല്ല പഴ വർഗ്ഗങ്ങൾ കഴിച്ചുണ്ടാക്കിയ രക്തം നിങ്ങൾ കൂട്ടിവെച്ചു നശിപ്പിക്കാതെ കൊതുകുകടി ഏൽക്കും മുൻപ് ഒരു കുപ്പി രക്തം എനിക്കു തന്നിട്ട് പോടേ എന്ന്. ഞാൻ ഞെട്ടലോടെയാണത് ശ്രവിച്ചത്. കാരണം തലേന്നാൾവരേക്കും സ്വതന്ത്രശീലനായ ഒരു കുതിരയെപ്പോലെ ബൈക്കിൽ പാഞ്ഞ അവനെ കണ്ടപ്പോൾ പള്ളിയിലെ കപ്യാർ സുഖവിവരമന്വേഷിച്ചതിനുള്ള മറുപടി ഇങ്ങിനെയായിരുന്നു. എന്റെ കാലിലെ പുതിയ ഷൂസ് ഊരാനുള്ള സമയം എനിക്കായിട്ടില്ല മോനേ... എന്റെ അസ്ഥിയിൽ പൂക്കുന്ന കുരുതി പൂക്കൾക്കിപ്പോൾ വസന്തമായിട്ടില്ല. ഇനിയും എനിക്കു ജീവിതം എത്രയോ ദൂരം താണ്ടേണ്ടിയിരിക്കുന്നു. പിറ്റേന്നു ആശുപത്രിയിലെ ചുറുചുറുക്കുള്ള ചെറുപ്പക്കാരന്റെ ഭാവങ്ങൾ നിമിഷം പ്രതി മാറിക്കൊണ്ടിരുന്നു. തെളിഞ്ഞ പട്ടുപോലുള്ള മുഖത്ത് രണ്ടു രക്ത ചാലുകൾ മൂക്കിൽ നിന്നും ഒഴുകാനാരംഭിച്ചു. അധികം താമസിയാതെ കറുത്ത് കട്ട പിടിച്ച രക്തം പുറംതള്ളപ്പെട്ടുക്കൊണ്ടിരുന്നു. അപ്പോഴുമവൻ പറഞ്ഞു എത്ര വിലപിടിച്ച രക്തമാണ് വെറുതെ പാഴായി പോകുന്നത്? തമാശകൾകൊണ്ട് ചുറ്റുമുള്ളവരുടെ കണ്ണീർപാടുകളെ ചിരിയാക്കി മാറ്റി എല്ലാവരുടെയും മനസ്സുകളിൽ പ്രതീക്ഷയുടെ ഇന്ധനം നിറക്കാൻ ശ്രമിച്ചു. നിമിഷങ്ങൾ പൊഴിഞ്ഞുവീഴവേ ജീവന്റെ രക്തകണങ്ങൾ തീർ

ന്നുപോകുമ്പോഴും മരണത്തെ നർമ്മത്തോടെ സ്വീകരിച്ച നിന്നെയോർത്ത്, വേദനയെ മുന്തിരിച്ചാറാക്കിയ നിന്റെ തമാശകളെയോർത്ത്, ആശുപത്രി വരാന്തകൾ ഇന്നും ചിരിക്കുന്നു. മനസ്സുകൊണ്ട് മരണത്തെ തോൽപിച്ചവന്റെ ആത്മസംതൃപ്തിയുടെ ചിരി.

*****

പുറത്താക്കപ്പെട്ടവർ

പുറത്താക്കപ്പെട്ടവർ. ജീവനോളം സ്നേഹിച്ച അമ്മയെ ഒരു നോക്കുകാണാൻ ആളൊഴിഞ്ഞ അമ്പലപ്പറമ്പിന്റെ മതിലിനഭിമുഖമായി മണിക്കൂറുകളോളം നിന്നിട്ടുണ്ട്.

ഒരു ദിവസം അമ്മ കടന്നുപോകാതാവുമ്പോൾ വല്ലാത്ത വ്യസനം അനുഭവിക്കുന്നു. അമ്മക്കു ദീനംകൂടി കിടപ്പിലായതാണോ എന്ന വ്യസനം അതോ താൻ മറഞ്ഞിരുന്ന് അമ്മയെ കാണുന്നത് അറിഞ്ഞിട്ടു വീട്ടിൽ തടഞ്ഞുവെച്ചിരിക്കുന്നതാണോ എന്ന തോന്നൽ. പിന്നീട് ആളുകളെല്ലാം ഓടുന്നത് കാണുമ്പോൾ അമ്മയുടെ മരണം ആരും പറയാതെ തന്നെ ഒരു ഉൾകാഴ്ചയായി കാണുന്നു. മരിച്ചു കിടക്കുന്ന അമ്മക്കുവേണ്ടി കർമം ചെയ്യാൻ പോയിട്ട്, അവിടെക്കൊന്നു കടന്നുചെല്ലാനാവുന്നില്ല. അവസാനമായി ആ മുഖം ഒന്നു കാണാൻ ഹൃദയം തുടിക്കുന്നു. പക്ഷെ താൻ വിലക്കപ്പെട്ടവനായതുകൊണ്ട് സമൂഹത്തിൽ ഭ്രഷ്ട് കൽപ്പിച്ചിരിക്കുന്നു. ഒടുവിൽ പട്ടടയിലെക്കെടുത്തപ്പോൾ ഒന്നു കാണാൻവേണ്ടി ശവപറമ്പിന്റെ വൻ മതിലിനു പുറത്തു കാത്തുനിന്നു. ഒരു നോക്കു കണ്ടു. ശരീരമല്ല, മുഖമല്ല, ചെമ്പട്ട് പുതപ്പിച്ച്, പച്ചമുളയിൽ മെടഞ്ഞ പച്ചോലയിൽ കിടക്കുന്ന രൂപവും ഭാവവും ഒന്നും പുറത്തു കാണിക്കാത്ത അമ്മയെന്ന സ്നേഹചൈതന്യത്തെ എല്ലാ പട്ടുകളും, എല്ലാ തടസ്സങ്ങളും, മറികടന്ന് കണ്ണീരുവറ്റിയ കണ്ണുകൾ അടച്ചു പിടിച്ചു. അകക്കണ്ണുകൊണ്ട് മുലപ്പാലിനു കരഞ്ഞ അന്നുമുതൽ ഇന്നുവരെയുള്ള ഒരു ജീവിതം മുഴുവനും കണ്ടു. കാഴ്ചയുള്ള കണ്ണുകൾകൊണ്ട് കാണുന്നവരേക്കാൾ കൂടുതൽ ഉൾകണ്ണുകൾ കൊണ്ട് കാണുകയും ഗ്രഹിക്കുകയും ചെയ്യുന്ന അന്ധന്മാരുണ്ട്. ശരീരത്തിന്റെ വൈകല്യങ്ങൾ ഒരിക്കലും മനസ്സിനെ ബാധിക്കാത്തവരാണ് പല ഭിന്നശേഷിക്കാരും. പക്ഷെ എല്ലാം തികഞ്ഞു എന്നു കരുതുന്നവരാണ് മനസ്സിന് കുഷ്ടം ബാധിച്ചു നടക്കുന്നവർ. തന്റെ ശരീരത്തെ എലിയെപോലെ കരണ്ടുതിന്നുന്ന ആ രോഗം മനസ്സിനെ തളർത്താതിരിക്കാൻ ഏറെ ശ്രമിച്ചു നോക്കിയതാണ്. പക്ഷെ നിർജീവമായി പൊഴിഞ്ഞു പോയ്കൊ

ണ്ടിരിക്കുന്ന തന്റെ വിരലറ്റങ്ങൾ സ്വന്തം ശരീരഭാഷയെ പ്രതിഫലിപ്പിക്കാൻ തുടങ്ങിയപ്പോൾ തന്റെ പ്രണയിനിക്ക് കാമുകന്റെ ശരീരത്തിന്റെ ആരോഗ്യവും സൗന്ദര്യവും ഏറെ പ്രധാനപ്പെട്ട ഒന്നാണെന്നും ശാപം പോലെ പിന്തുടരുന്ന രോഗവും പേറി നടക്കുന്ന ഒരാളുടെ ജീവിതത്തിന്റെ പാതി പങ്കിടാൻ ആരും ആഗ്രഹിക്കില്ല എന്നും മുഖത്തുനോക്കി പറഞ്ഞു തിരിഞ്ഞു നടന്നപ്പോൾ മാത്രമാണ് പ്രണയത്തിന്റെ ആഴവും, വിരഹത്തിന്റെ തീവ്രതയും മനസ്സിലായത്. തന്റെ രോഗം പോലെ അവളോടുള്ള സ്നേഹവും തന്നിൽ പടർന്നു കയറി ആഴത്തിൽ വേരുറപ്പിച്ചിരുന്നു എന്നും ഇന്നത് ആറ്റുതീരത്തു നട്ട ദേവതാരുമരം പോലെ കരുത്താർന്നു പന്തലിച്ചു നിൽക്കുന്നതാണെന്നും തിരിച്ചറിവുണ്ടായി.

ഇപ്പോഴത് അർബുദം പോലെ വേദനയും അസ്വസ്ഥതയും നിറക്കുന്ന സ്നേഹത്തിന്റെ പ്രത്യേക ക്രൂരതക്കു പാത്രമായിരിക്കുന്നു എന്നും പളനി മനസ്സിലാക്കി.

എല്ലാവരാലും ഉപേക്ഷിക്കപ്പെട്ട് സ്വന്തം സ്വപ്നങ്ങളെ മാത്രം മാറാപ്പിലാക്കി തെരുവിലിറങ്ങിയപ്പോളും ഒരു ശക്തിയുണ്ടായിരുന്നു. ഉള്ളിൽ എന്തും നേരിടാനുള്ള ഒരു ശക്തി. ജീവിക്കാനുള്ള ഒരു ആഗ്രഹം ബാക്കി നിന്നിരുന്നു. ജീവിത മധ്യത്തിൽ കെട്ടിയാടിയ വേഷങ്ങൾ ഏറെയായിരുന്നു. അപ്പോഴൊന്നും ഒരു തിരസ്കൃതവേഷം അണിയേണ്ടിവരുമെന്ന് കരുതിയില്ല. പുൽമേടുപോലെ പച്ച വിരിച്ചു നിന്ന ബന്ധങ്ങളും, സുഹൃദ്‌വലയങ്ങളും കരിഞ്ഞുണങ്ങി മൊട്ടക്കുന്നായി മാറിയിരിക്കുന്നു. വ്യക്തി ഭാവങ്ങളിൽ നിന്നാരംഭിച്ച സാമൂഹ്യ പരിണാമം പ്ര

ക്രിയയായി മാറിയിരിക്കുന്നു. കുഷ്ഠരോഗിയെ സമൂഹത്തിൽ നിന്നും കുടുംബത്തിൽ നിന്നും ബന്ധങ്ങളിൽ നിന്നും അറുത്തുമാറ്റുക എന്നുള്ളത്. ആത്മീയതയുടെ മൂടുപടമണിഞ്ഞു ലൗകിക സുഖങ്ങളെ ത്യജിച്ചു ജീവിക്കുന്ന സന്യാസിമാർ പോലും ആട്ടിയകറ്റിയപ്പോൾ ഉള്ളിൽ തോന്നിയ വിദ്വേഷം പുകഞ്ഞ് കത്താനാരംഭിച്ചു. പക്ഷെ നിങ്ങളുടെ നിറഞ്ഞ പുഞ്ചിരി, സ്വതന്ത്രമായ ഇടപെടൽ വിവേചനമില്ലാത്ത ശുശ്രൂഷ. സ്വന്തം കുടുംബത്തിലെന്നപോലെ ചോദിച്ചറിയുന്ന വീട്ടുവിശേഷങ്ങൾ. ഇതെല്ലാമാണ് എന്നിലെ അണഞ്ഞുപോയ ആത്മവിശ്വാസം ഒരു നെരിപ്പോടായി കത്താനാരംഭിച്ചത്. അതെന്നെ പ്രതീക്ഷയുടെ ജീവിതത്തിലേക്കു തിരിച്ചു കൊണ്ടുവരികയായിരുന്നു. അന്ന് നിങ്ങൾ നല്ല വസ്ത്രങ്ങൾ അണിഞ്ഞു പൂ ചൂടി സുന്ദരിയായി ഏഴരവെളുപ്പിനേ ഞങ്ങൾക്കു മുന്നിൽ മരുന്നുമായി കടന്നു വന്നപ്പോൾ ഒരു ദേവത പോലെ തോന്നിച്ചു. ഞാൻ സ്വയം മറന്ന് നിങ്ങളുടെ കാൽക്കൽ വീണ് നമസ്കരിച്ചപ്പോൾ പിടിച്ചെഴുന്നേൽപ്പിച്ചു പറഞ്ഞു. എന്റെ ജ്യേഷ്ഠത്തിയുടെ വിവാഹമാണിന്ന്. മരുന്നു തന്നതിനുശേഷം വേണം കേരളത്തിലെത്താൻ വേഗം വരൂ എന്ന്. അന്നു ഞാൻ മനസ്സിലാക്കി ഞങ്ങളുടെ സൗഖ്യത്തിനായി നിങ്ങൾ എത്ര കഷ്ടപ്പെടുന്നു. എന്തെല്ലാം ത്യജിക്കുന്നു. അതോടെ എന്റെ എല്ലാ ദുഃഖങ്ങളുടെയും സന്തോഷം കീഴടക്കി. കാരണം സ്വന്തം വീട്ടിൽ നിന്നുപോലും ഇറക്കിവിട്ട ഞങ്ങളെപോലുള്ള രോഗികൾക്കായി മാത്രം ജീവിക്കുന്ന നിങ്ങളാണ് മനസ്സിന്റെ കോവിലിലെ ദൈവം. അവിടെ പൂജ വേണ്ട, വഴിപാടുകൾ വേണ്ട അമ്പലം പണിയേണ്ട. എല്ലാം കുടികൊള്ളുന്ന ഒരു ഹൃദയം മാത്രം മതി. പിന്നീടൊരിക്കൽ ഒരു സന്ധ്യാസമയം നിങ്ങളുടെ സൈക്കിൾ ബെൽ കേട്ടാണ് ഞാൻ കുടിലിനു പുറത്തേക്കു വന്നു നോക്കിയത്. അപ്രതീക്ഷിതമായി കണ്ട സന്തോഷം അത്യധികമായിരുന്നുവെങ്കിലും വീട്ടിലേക്കു വിളിക്കാൻ ഞാൻ ഭയന്നു. എങ്കിലും ഒരാഥിത്യമര്യാദയായി വീട്ടിൽ കയറുന്നില്ലേ എന്ന ചോദ്യത്തിന് അന്നുവരെ ആരും കടന്നുവരാത്ത എന്റെ കുടിലിലേക്ക് കടന്നു വന്ന് ചാണകം മെഴുകിയ തറയിൽ ഒരുപുൽ പായ പോലുമില്ലാതെ ഇരുന്നു സംസാരിക്കുകയും ചെയ്തപ്പോൾ സന്തോഷത്താൽ ഞാൻ പൊട്ടിക്കരഞ്ഞുപോയി. എന്നിലെ മനുഷ്യനെ അംഗീകരിക്കുന്ന, ഉൾക്കൊള്ളാനാവുന്ന ഒരു സമൂഹമുണ്ടെന്നു എന്നെ ബോധ്യപ്പെടുത്തിയ നിങ്ങളാണ് എന്നെ മനുഷ്യനാക്കിയത്. നിങ്ങൾക്ക് നന്മ വരട്ടെ. .

*****

www.ingramcontent.com/pod-product-compliance
Lightning Source LLC
LaVergne TN
LVHW040759051026
849519LV00007BA/2566
* 9 7 8 9 3 8 9 2 5 0 2 4 4 *